ആദ്യപ്രേമം

AF518819

INSIGHT PUBLICA®

INSIGHT PUBLICA ®

Kozhikode, Kerala, India 673011
www.insightpublica.com
e-mail: insightpublica@gmail.com
Adya Premam
(Malayalam)
Ivan Turgenev
First Insight Edition: December 2020
This Edition: November 2023

ISBN 978-93-90535-10-1
Printed and Published by
InsightinPublica Printers & Publishers Pvt. Ltd.

ആദ്യപ്രേമം

ഇവാൻ തുർഗെനേവ്

INSIGHT PUBLICA

ഇവാൻ തുർഗെനേവ്, 1818 മുതൽ 1883 വരെ ജീവിച്ചിരുന്ന റഷ്യൻ സാഹിത്യകാരനാണ്. ആറു നോവലുകളും അനേകം കഥകളും നോവലുകളും നാടകങ്ങളും രചിച്ചിട്ടുണ്ട്. ആസ്യ (1857), ആദ്യപ്രേമം (1860), പിതാക്കളും പുത്രന്മാരും (1862), വാസന്തപ്രവാഹങ്ങൾ (1871), നമ്മുടെ കാലത്തെ ഒരു വീരപുരുഷൻ എന്നിവ ചില കൃതികളാണ്. പല കൃതികളും മലയാളമടക്കമുള്ള ഒട്ടനവധി ഭാഷകളിലേക്ക് തർജ്ജമ ചെയ്യപ്പെട്ടിട്ടുണ്ട്.

അതിഥികൾ പിരിഞ്ഞുപോയിട്ട് വളരെ നേരമായി. ക്ലോക്കിൽ മണി പന്ത്രണ്ടര അടിച്ചു. ആതിഥേയനോടൊപ്പം മുറിയിൽ സെർഗേയ് നിക്കൊലായിച്ചും വ്ലദീമിർ പെത്രോവിച്ചുമല്ലാതെ മറ്റാരും ഉണ്ടായിരുന്നില്ല.

ആതിഥേയൻ മണിയടിച്ച് ഭൃത്യന്മാരെ വരുത്തി അത്താഴത്തിന്റെ ഉച്ഛിഷ്ടങ്ങൾ എടുത്തു മാറ്റാൻ കല്പന കൊടുത്തു.

“അപ്പോൾ നമുക്ക് അങ്ങനെ തീരുമാനിക്കാം,” തന്റെ ചാരുകസേരയിൽ ചാരിക്കിടന്ന് ഒരു ചുരുട്ടു കത്തിച്ചുകൊണ്ട് അദ്ദേഹം പറഞ്ഞു. “നമ്മളോരോരുത്തരും അവരവരുടെ പ്രേമത്തിന്റെ കഥ പറയണം. സെർഗേയ് നിക്കൊലായിച്ച് തുടങ്ങട്ടെ.”

ചീർത്ത മുഖവും വെളുപ്പുനിറവുമുള്ള കൊഴുത്തുരുണ്ട ഒരു മനുഷ്യനായിരുന്നു സെർഗേയ് നിക്കൊലായിച്ച്. അദ്ദേഹം ആതിഥേയന്റെ നേരെ ഒന്നു നോക്കിയിട്ട് മച്ചിൽ മിഴികൾ ഊന്നിക്കൊണ്ട് പറഞ്ഞു:

“എനിക്ക് ആദ്യപ്രേമം അനുഭവപ്പെട്ടിട്ടേയില്ല. തുടക്കം തന്നെ രണ്ടാമത്തേതിലായിരുന്നു.”

“അതെങ്ങനെ?”

“കാര്യം നിസ്സാരം. എനിക്കു പതിനെട്ടു വയസ്സുള്ളപ്പോഴാണ് സുന്ദരിയായ ഒരു യുവതിയുമായി ഞാൻ ആദ്യമായി അടുത്തു തുടങ്ങിയത്. എന്നാൽ പരിചയസമ്പന്നനായ ഒരാളെപ്പോലെയായിരുന്നു ഞാൻ അന്നു പെരുമാറിയത്—പിന്നീട് മറ്റു പലരോടും അടുത്തതുപോലെ തന്നെ. സത്യം പറഞ്ഞാൽ ജീവിതത്തിൽ ഒരിക്കൽ മാത്രമേ ഞാൻ പ്രേമബദ്ധനായിട്ടുള്ളൂ—എന്റെ ആദ്യപ്രേമവും അവസാനപ്രേമവും അതു തന്നെയായിരുന്നു. എന്നാൽ അത് എന്റെ ആറാമത്തെ വയസ്സിലായിരുന്നെന്നു മാത്രം. എന്റെ ആയയായിരുന്നു കഥാനായിക. അത് വളരെ കാലം മുമ്പായിരുന്നതിനാൽ വിശദാംശങ്ങളൊന്നും ഇപ്പോൾ എനിക്ക് ഓർമ്മയില്ല. ഇനി ഓർക്കാൻ കഴിഞ്ഞാൽത്തന്നെ അതിൽ എന്താണ് രസം?”

“പിന്നെ എന്താണു ചെയ്യുക?” ആതിഥേയൻ പറഞ്ഞു. “എന്റെ ആദ്യപ്രേമത്തിലും രസകരമായി ഒന്നുമില്ല. എന്റെ ഭാര്യയായ അന്ന

ഇവാനൊവ്നയെ കണ്ടുമുട്ടുന്നതിനു മുമ്പ് ഞാൻ ആരെയും പ്രേമിച്ചിട്ടില്ല. ഞങ്ങളുടെ പ്രേമം തുടക്കം മുതലേ തടസ്സമൊന്നുമില്ലാതെ മുന്നോട്ടു പോയി. ഞങ്ങളുടെ വീട്ടുകാരാണ് വിവാഹാലോചന കൊണ്ടുവന്നത്. ഞങ്ങൾക്കിരുവർക്കും അതേപ്പറ്റി പറയാൻ എന്തിരിക്കുന്നു? ആദ്യ പ്രേമത്തെപ്പറ്റിയുള്ള നിങ്ങളുടെ രണ്ടുപേരുടെയും കഥ കേൾക്കാമെന്നാണ് ഞാൻ വിചാരിച്ചത്. സുഹൃത്തുക്കളെ, വൃദ്ധന്മാരെല്ലെങ്കിലും യുവത്വത്തോടു വിട പറഞ്ഞു കഴിഞ്ഞ രണ്ട് അവിവാഹിതരാണല്ലോ നിങ്ങൾ. ഒരുപക്ഷേ വ്ലദീമിർ പെത്രോവിച്ചിന് രസകരമായ എന്തെങ്കിലും പറയാൻ കാണും."

ഉദ്ദേശം നാല്പതു വയസ്സും നരബാധിച്ചുതുടങ്ങിയ കറുത്തമുടിയുമുള്ള വ്ലദീമിർ പെത്രോവിച്ച് സങ്കോചത്തോടെ അതിന് മറുപടി പറഞ്ഞു: "എന്റെ ആദ്യപ്രേമത്തിന്റെ കഥ അല്പം വിചിത്രമാണ്."

"ഹാ! കൊള്ളാം!" ആതിഥേയനും സെർഗേയ് നിക്കൊലായിച്ചും ഒരുമിച്ച് പറഞ്ഞു. "അതുതന്നെയാണ് നമുക്ക് വേണ്ടത്... പറയൂ, കേൾക്കട്ടെ."

"ശരി, സമ്മതിച്ചു... പക്ഷേ ആ കഥ ഇപ്പോൾ പറയാൻ ഞാൻ ഉദ്ദേശിക്കുന്നില്ല—കഥ പറയാൻ എനിക്കു വശമില്ല. ഞാൻ അതു പറയാൻ തുനിഞ്ഞാൽ ഒന്നുകിൽ വളരെ ഹ്രസ്വവും ശുഷ്കവുമായിപ്പോകും അല്ലെങ്കിൽ വളരെ നീണ്ട ഒരു കെട്ടുകഥയാണതെന്നു തോന്നും. ഞാൻ നടന്ന സംഭവങ്ങൾ ഒരു ബുക്കിൽ എഴുതിവച്ചിട്ട് നിങ്ങളെ വായിച്ചു കേൾപ്പിക്കാം. എന്താ, സമ്മതിച്ചോ?"

സുഹൃത്തുക്കൾ ആദ്യം പ്രതിഷേധിച്ചുനോക്കിയെങ്കിലും ഒടുവിൽ വ്ലദീമിർ പെത്രോവിച്ച് പറഞ്ഞതിനോടു യോജിച്ചു. രണ്ടാഴ്ച കഴിഞ്ഞ് അവർ വീണ്ടും സമ്മേളിച്ചപ്പോൾ വ്ലദീമിർ പെത്രോവിച്ച് തന്റെ വാഗ്ദാനം നിറവേറ്റി.

അദ്ദേഹം തന്റെ നോട്ടുബുക്കിൽ നിന്നു വായിച്ചത് ഇപ്രകാരമാണ്.

I

എനിക്ക് അന്ന് പതിനാറു വയസ്സായിരുന്നു. 1883-ലെ വേനല്ക്കാലത്താണ് ഈ സംഭവങ്ങളൊക്കെ നടന്നത്.

ഞാൻ എന്റെ മാതാപിതാക്കളോടൊപ്പം മോസ്കോയിലാണ് താമസിച്ചിരുന്നത്. പട്ടണത്തിനു പുറത്ത് നെസ്കുച്നി ഉദ്യാനത്തിന്റെ എതിർവശത്തുള്ള കലൂഷ്സ്കി ഗെയിറ്റിൽ ഞങ്ങൾ ഒരു വേനൽകാല വസതി വാടകയ്ക്കെടുത്തു. അക്കാലത്ത് ഞാൻ സർവ്വകലാശാലയിൽ ചേരാൻ തയ്യാറെടുക്കുകയായിരുന്നെങ്കിലും പഠിത്തത്തിന് വളരെ കുറച്ചു സമയമേ വിനിയോഗിച്ചിരുന്നുള്ളൂ.

എന്റെ സ്വാതന്ത്ര്യത്തിൽ ആരും കൈകടത്തിയിരുന്നില്ല. ഞാൻ എന്റെ ഇഷ്ടം പോലെ നടന്നു. വീട്ടിൽ താമസിച്ചുകൊണ്ടു എന്നെ പഠിപ്പിക്കാൻ ഏർപ്പെടുത്തിയിരുന്ന ഫ്രഞ്ചുകാരനായ അധ്യാപകൻ പിരിഞ്ഞു പോയതിനുശേഷം ഈ സ്വാതന്ത്ര്യം എനിക്ക് കൂടുതൽ അനുഭവപ്പെട്ടു. താൻ ഒരു "ബോംബു വീണതു പോലെ" റഷ്യയിൽ വന്നു വീണതുമായി പൊരുത്തപ്പെടാൻ കഴിയാതിരുന്ന ആ ഫ്രഞ്ചുകാരൻ ധിക്കാരപൂർവ്വം കിടക്കയിൽനിന്നെണീക്കാതെ ദിവസം മുഴുവൻ കഴിച്ചുകൂട്ടുക പതിവായിരുന്നു. വാത്സല്യം നിറഞ്ഞ അലക്ഷ്യമനോഭാവമായിരുന്നു അച്ഛന് എന്നോടുണ്ടായിരുന്നത്. ഞാൻ ഏകസന്താനമായിരുന്നെങ്കിലും അമ്മയ്ക്ക് എന്റെ കാര്യത്തിൽ യാതൊരു ശ്രദ്ധയുമുണ്ടായിരുന്നില്ല. മറ്റനേകം പ്രശ്നങ്ങൾ അവരെ സദാ അലട്ടിയിരുന്നു. എന്റെ അച്ഛൻ അപ്പോഴും അതിസുന്ദരനായ ഒരു യുവാവായിരുന്നു. അച്ഛനേക്കാൾ പത്തു വയസ്സു കൂടുതലുണ്ടായിരുന്ന അമ്മയെ പണത്തിനു വേണ്ടിയാണ് അദ്ദേഹം വിവാഹംകഴിച്ചത്. അസന്തുഷ്ടമായ ഒരു ജീവിതമായിരുന്നു അമ്മയുടേത്. ഉൽകണ്ഠാകുലയും അസൂയാകലുഷിതയും നിരുന്മേഷയുമായി അവർ അതൊന്നും പുറത്തുകാട്ടിയിരുന്നില്ല—അവർക്ക് അദ്ദേഹത്തെ ഭയമായിരുന്നു. അമ്മയോടുള്ള അച്ഛന്റെ പെരുമാറ്റത്തിലാകട്ടെ തണുപ്പും അകൽച്ചയും കാർക്കശ്യവും പ്രകടമായിരുന്നുതാനും... അച്ഛന്റയത്ര സംസ്കാരവും ആത്മവിശ്വാസവും ആജ്ഞാശക്തിയുമുള്ള ഒരു മനുഷ്യനെ ഞാൻ മറ്റെങ്ങും കണ്ടിട്ടില്ല.

പുതിയ വീട്ടിലെ ആദ്യത്തെ ആഴ്ച എനിക്ക് ഒരിക്കലും മറക്കാനാവില്ല. കാലാവസ്ഥ ഒന്നാന്തരമായിരുന്നു. നിക്കൊലാസ് പുണ്യാളന്റെ

പെരുന്നാൾ ദിവസമായ മേയ് ഒമ്പതാം തീയതിയാണ് ഞങ്ങൾ അങ്ങോട്ടു താമസം മാറ്റിയത്. ഞാൻ പുരയിടത്തിലും തൊട്ടടുത്തുള്ള നെസ്കുച്നി തോട്ടത്തിലും ചുറ്റിനടന്നു. ചിലപ്പോൾ പട്ടണത്തിന്റെ അതിരുകൾക്കപ്പുറത്തേക്കും ഞാൻ കടക്കാറുണ്ടായിരുന്നു. എന്തെങ്കിലും ഒരു പാഠപുസ്തകം എപ്പോഴും എന്റെ കയ്യിൽ കാണും. എന്നാൽ ഞാൻ അതു തുറക്കാറില്ലായിരുന്നു. കവിതയിലായിരുന്നു എനിക്കു താല്പര്യം. കവിതകൾ മനഃപാഠമാക്കാൻ എനിക്ക് ഒരു പ്രത്യേക കഴിവുണ്ടായിരുന്നുതാനും. എന്റെ രക്തത്തിൽ ഒരുതരം തരിപ്പും എന്റെ ഹൃദയത്തിൽ വിചിത്രവും മധുരവുമായ ഒരുതരം വേദനയും അനുഭവപ്പെട്ടിരുന്നു. ഞാൻ എന്തിനേയോ സദാ പ്രതീക്ഷിച്ചുകൊണ്ടിരുന്നു. എന്തോ ഒന്ന് സദാ എന്നെ അലട്ടിക്കൊണ്ടിരുന്നു. സർവ്വതും എന്നെ വിസ്മയം കൊള്ളിച്ചു. എന്തിനും ഞാൻ തയ്യാറായിരുന്നു. വെളുപ്പാൻ കാലത്ത് മണിഗോപുരത്തിനു ചുറ്റും വട്ടമിട്ടു പറക്കുന്ന പക്ഷികളെപ്പോലെ എന്റെ ഭാവന എല്ലായ്പ്പോഴും ഓരോ ചിന്തകൾക്കു ചുറ്റും പറന്നുനടന്നു. ഞാൻ ദിവാസ്വപ്നങ്ങളിൽ മുഴുകി, വിഷാദഭരിതനായിത്തീർന്നു. ചിലപ്പോൾ കണ്ണീരൊഴുക്കുകപോലും ചെയ്തു. എന്നാൽ ഭാവനാസുന്ദരമായ ഒരു വരി കവിതയോ മനോഹരമായ ഒരു സായംസന്ധ്യയോ ഇടയ്ക്കിടെ എന്നിലുളവാക്കിയ ദുഃഖത്തേയും കണ്ണീരിനേയും തട്ടിമാറ്റിക്കൊണ്ട് യുവത്വത്തിന്റെ തിളച്ചുമറിയുന്ന ആഹ്ലാദപ്രകർഷം, വസന്തത്തിൽ പുൽനാമ്പുകൾ മണ്ണിനടിയിൽനിന്നു പുറത്തുവരുന്നതുപോലെ, കരുത്തോടെ സ്വയം പുറത്തേക്കു തലനീട്ടിക്കൊണ്ടിരുന്നു.

എനിക്ക് സ്വന്തമായി ഒരു ചെറിയ കുതിരയുണ്ടായിരുന്നു. ഞാൻ തന്നെയാണ് അതിനെ ജീനി കെട്ടിയിരുന്നത്. അതിന്റെ പുറത്ത് വളരെ ദൂരം സഞ്ചരിക്കുക എന്റെ പതിവായിരുന്നു. പന്തയത്തിൽ പങ്കെടുക്കുന്ന ഒരു യോദ്ധാവാണു ഞാനെന്ന് സ്വയം സങ്കല്പിച്ചുകൊണ്ട് ഞാൻ അതിനെ കുതിച്ചോടിക്കും. അപ്പോൾ കാറ്റ് ആഹ്ലാദത്തോടെ എന്റെ ചെവികളിൽ ചൂളമടിച്ചുകൊണ്ട് കടന്നു പോകുന്നത് എന്തൊരു രസമായിരുന്നെന്നോ! ഇടയ്ക്കു ചിലപ്പോൾ ഞാൻ ആകാശത്തിലേക്കു മുഖമുയർത്തി അതിന്റെ നീലിമയും തേജസ്സും എന്റെ ആത്മാവിലേക്ക് ആവാഹിച്ചെടുക്കും.

അക്കാലത്ത് ഒരു സ്ത്രീയെപ്പറ്റിയുള്ള വ്യക്തമായ സങ്കല്പമോ സ്ത്രീയുടെ പ്രേമത്തെപ്പറ്റിയുള്ള വ്യക്തമായ ചിന്തയോ എന്റെ മനസ്സിൽ രൂപം കൊണ്ടിരുന്നില്ലെന്നാണ് ഓർമ്മ, എന്നാൽ എന്റെ വിചാരവികാരങ്ങളിലെല്ലാം പുതുതും അതിമധുരവും സ്ത്രൈണവുമായ എന്തോ ഒന്നിനെപ്പറ്റിയുള്ള ലജ്ജാസമന്വിതവും അബോധപൂർവ്വമായ സങ്കല്പം പതുങ്ങിക്കിടന്നിരുന്നു.

ഈ സങ്കല്പം, ഈ ആകാംക്ഷ, എന്നെ അടിമുടി ആവേശിച്ചു. എന്റെ ശ്വാസത്തിലും എന്റെ സിരകളിലും എന്റെ ഓരോ തുള്ളി രക്തത്തിലും

അതനുഭവപ്പെട്ടു... താമസിയാതെ അത് യാഥാർത്ഥ്യമായിത്തീരുകയും ചെയ്തു.

തടികൊണ്ടു പണിതതും തൂണുകളുള്ളതുമായ ഒരു വലിയ കെട്ടിടത്തിലായിരുന്നു ഞങ്ങളുടെ താമസം. ആ പുരയിടത്തിൽ അതുകൂടാതെ പൊക്കം കുറഞ്ഞ രണ്ട് ചെറിയ പുരകൾകൂടി ഉണ്ടായിരുന്നു. ഇടത്തുവശത്തുള്ള ചെറിയ പുരയിൽ വിലകുറഞ്ഞ ചുമർക്കടലാസു നിർമ്മിക്കുന്ന ഒരു ചെറിയ ഫാക്ടറി പ്രവർത്തിച്ചിരുന്നു. പാറിപ്പറന്ന മുടിയും വിളറിയ മുഖവുമുള്ള മെലിഞ്ഞ ഏതാനും ബാലന്മാർ മുഷിഞ്ഞ മേലങ്കിയും ധരിച്ച് അവിടെനിന്ന് പണിയെടുക്കുന്നത് ഞാൻ പലതവണ കണ്ടിട്ടുണ്ട്. അച്ചടിയന്ത്രത്തിന്റെ തടികൊണ്ടുള്ള ലിവറിലേക്ക് അവർ ചാടിക്കയറുന്നതും അവരുടെ മെല്ലിച്ച ദേഹങ്ങളുടെ ഭാരം കൊണ്ട് പ്രസ്സ് കടലാസിലമർന്ന് വിവിധ പാറ്റേണുകൾ അതിൽ പതിപ്പിക്കുന്നതും ഞാൻ നോക്കിനില്ക്കാറുണ്ടായിരുന്നു. വലതുവശത്തുള്ള ചെറിയ പുര ഒഴിഞ്ഞുകിടന്നു. ഞങ്ങൾ താമസമാക്കി ഉദ്ദേശം മൂന്നാഴ്ച കഴിഞ്ഞപ്പോൾ ഒരു ദിവസം ആ ചെറിയ പുരയുടെ ജനലുകൾ മലർക്കെ തുറന്നു കിടക്കുന്നതും സ്ത്രീകളുടെ മുഖം അവിടെ പ്രത്യക്ഷപ്പെടുന്നതും ഞങ്ങൾ കണ്ടു. ഏതോ ഒരു കൂട്ടർ ആ വീട് വാടകക്കെടുത്തെന്ന് ഞങ്ങൾ ഊഹിച്ചു. അന്നുച്ചയ്ക്ക് ഊണു കഴിച്ചുകൊണ്ടിരിക്കുമ്പോൾ പുതിയ താമസക്കാർ ആരാണെന്ന് അമ്മ ഞങ്ങളുടെ വിളമ്പുകാരനോട് അന്വേഷിക്കുന്നതു കേട്ടു. സസേകിന പ്രഭ്വിയാണ് അവിടെ താമസമാക്കിയിരിക്കുന്നതെന്ന് കേട്ടപ്പോൾ തെല്ലൊരു ബഹുമാനത്തോടെ അമ്മ ആദ്യം പറഞ്ഞു: “ഓഹോ, പ്രഭ്വിയാണ് അല്ലേ...” പിന്നീട് അവർ കൂട്ടിച്ചേർത്തു, “പണത്തിനു ഞെരുക്കമുള്ളവരായിരിക്കണം.”

“അവരുടെ സമാനങ്ങൾ കൊണ്ടുവന്നത് മൂന്നു ചെറിയ വാടകവണ്ടികളിലാണ്,” വിളമ്പുകാരൻ ബഹുമാനപൂർവ്വം വിഭവങ്ങൾ മേശപ്പുറത്തു നിരത്തുന്നതിനിടയിൽ പറഞ്ഞു. “അവർക്ക് സ്വന്തം വണ്ടിയില്ല. അവരുടെ വീട്ടു സാമാനങ്ങൾ വെറും മൂന്നാംകിടയിലുള്ളതാണ്.”

“എങ്കിലും എനിക്കു സന്തോഷമേയുള്ളൂ.” അമ്മ പറഞ്ഞു.

അച്ഛൻ ശൈത്യം സ്ഫുരിക്കുന്ന കണ്ണുകൾകൊണ്ട് അമ്മയെ ഒന്നു നോക്കി. അമ്മ പിന്നീട് ഒന്നും മിണ്ടിയില്ല.

സസേകിന പ്രഭ്വി ധനികയായിരുന്നില്ലെന്ന് തീർച്ച. അവർ വാടകയ്ക്കെടുത്ത വീട് തീരെ ചെറുതും പഴഞ്ചനും, തീരെ പൊക്കം കുറഞ്ഞതുമായിരുന്നു. അല്പമെങ്കിലും ധനസ്ഥിതിയുള്ള ആരും അവിടെ താമസിക്കുകയില്ല. ഏതായാലും ആ സംഭാഷണത്തിൽ എനിക്ക് പ്രത്യേകിച്ച് താല്പര്യമൊന്നും തോന്നിയില്ല. പ്രഭ്വി എന്ന സ്ഥാനപ്പേര് എന്നിൽ വലിയ മതിപ്പുളവാക്കിയുമില്ല. കാരണം, ഷില്ലറുടെ “കൊള്ളക്കാർ[1] എന്ന പുസ്തകം അപ്പോൾ വായിച്ചു തീർത്തതേയുള്ളൂ.

---

1 ഷില്ലറുടെ കൊള്ളക്കാർ...—ജർമ്മൻ മഹാകവി ഷില്ലറുടെ (1759-1805) കൃതി സ്വേച്ഛാധിപത്യത്തിനെതിരായ ആ കൃതി 1820-1830 കാലത്ത് റഷ്യൻ യുവാക്കളിൽ വമ്പിച്ച സ്വാധീനം ചെലുത്തിയിരുന്നു.

II

കാക്കകളെ വെടിവെക്കണമെന്ന ഉദ്ദേശത്തോടെ ഒരു തോക്കുമായി എന്നും വൈകുന്നേരം പറമ്പിൽ ചുറ്റിനട ക്കുക എന്റെ ഒരു പതിവായിരുന്നു. കൗശലക്കാരും പിടിച്ചുപറിക്കാ രുമായ ആ കള്ളപ്പരിഷയോട് എനിക്ക് പണ്ടേ വിരോധമായിരുന്നു. പതിവുപോലെ അന്നും ഞാൻ തൊടിയിൽ ചുറ്റിനടന്നു. എല്ലാ പാതകളി ലൂടെയും നടന്നുനോക്കിയെങ്കിലും കാക്കകളെ വെടിവെയ്ക്കാൻ എനിക്കു കഴിഞ്ഞില്ല. കാക്കകൾ ദൂരെ എവിടെയോ മറഞ്ഞിരുന്ന് എന്നെ കണ്ടിട്ട് കാ—കാ എന്നു കരയുന്നതു മാത്രം ഞാൻ കേട്ടു. ഒടുവിൽ ഞങ്ങളുടെ പറമ്പിനും വലത്തുവശത്തുള്ള കൊച്ചു വീടിന്റെ പിന്നിലുള്ള ചെറിയ തോട്ടത്തിനും ഇടയ്ക്കുള്ള പൊക്കം കുറഞ്ഞ മതിലിനടുത്ത് ഞാൻ എത്തിച്ചേർന്നു. തറയിലേക്കു നോക്കിക്കൊണ്ട് ഞാൻ മതിലിനരികി ലൂടെ നടക്കുകയായിരുന്നു. പെട്ടെന്ന് ആരോ സംസാരിക്കുന്ന ശബ്ദം കേട്ട് ഞാൻ മതിലിനപ്പുറത്തേക്ക് എത്തിനോക്കി. അവിടെ കണ്ട കാഴ്ച എന്നെ അത്ഭുതസ്തബ്ധനാക്കി.

ഏതാനും ചുവടകലെ പച്ചനിറമാർന്ന റാസ്ബെറിച്ചെടികളുടെ ഇടയ്ക്കുള്ള പുൽത്തകിടിയിൽ നല്ല ഉയരമുള്ള കൃശാംഗിയായ ഒരു യുവതി നിന്നിരുന്നു. റോസ് നിറത്തിലുള്ള ഒരു ഫ്രോക്കാണ് അവൾ ധരിച്ചിരുന്നത്. വെളുത്ത ഒരു തുവാല തലയിൽ കെട്ടിയിരുന്നു. നാലു ചെറുപ്പക്കാർ അവളുടെ ചുറ്റിനും കൂടിനിന്നു. ചാരനിറമുള്ള ഒരു തരം പൂവിന്റെ ഇതൾകൊണ്ട് അവരുടെ നെറ്റിയിൽ ഞൊട്ട പൊട്ടിച്ച് രസിക്കുകയായിരുന്നു ആ യുവ സുന്ദരി. യുവാക്കൾ സസന്തോഷം അതിനുവേണ്ടി നെറ്റി കാട്ടിക്കൊടുത്തു. ആ യുവതിയുടെ അംഗചല നങ്ങളിൽ (അവൾ എനിക്കു വശം തിരിഞ്ഞാണ് നിന്നത്) പ്രകടമായ ഔദ്ധത്യവും കളിമുട്ടും സ്നേഹവായ്പും ആകർഷികത്വവും കണ്ട് വിസ്മയഭരി തനായി ഞാൻ വാപൊളിച്ചു നിന്നുപോയി. ആ നീണ്ട മൃദുലാംഗുലികൾ എന്റെ നെറ്റിയിൽ മുട്ടിയിരുന്നെങ്കിൽ എന്നു ഞാൻ ആശിച്ചു. അവളുടെ ഒതുങ്ങിയ അരക്കെട്ടും കടഞ്ഞെടുത്ത കഴുത്തും മനോഹരമായ കരവല്ലി കളും വെളുത്ത തുവാലയ്ക്കടിയിൽ നിന്ന് ഊർന്നു വീണ സ്വർണ്ണനിറമുള്ള അളകങ്ങളും പാതികൂമ്പിയ മിഴികളും നീണ്ട ഇമകളും അവയ്ക്കിടയിൽ പ്രത്യക്ഷപ്പെട്ട മൃദുല കപോലവും കണ്ണുകളാൽ നുകർന്നുകൊണ്ട് ഞാൻ എല്ലാം മറന്നു നിന്നു.

“ചെറുപ്പക്കാരാ, ഏയ്, ചെറുപ്പക്കാരാ, പരിചയമില്ലാത്ത യുവതികളെ ഇങ്ങനെ തുറിച്ചുനോക്കുന്നതു ശരിയാണോ?” എന്റെ തൊട്ടടുത്തു നിന്ന് ആരോ ഇങ്ങനെ വിളിച്ചുചോദിക്കുന്നതു കേട്ട് ഞാൻ ഞെട്ടിയുണർന്നു.

പരിഭ്രമംമൂലം എന്തു ചെയ്യേണ്ടുവെന്നറിയാതെ ഞാൻ നിന്നു പോയി. മറുവശത്ത് മതിലിനോടു ചേർന്ന്, പറ്റേവെട്ടിയ കറുത്ത മുടിയുള്ള ഒരു മനുഷ്യൻ എന്ന പരിഹാസപൂർവ്വം നോക്കിനിൽക്കുന്നതു ഞാൻ കണ്ടു. ആ നിമിഷത്തിൽ യുവതി എന്റെ നേരെ മുഖം തിരിച്ചു. ചാരനിറമുള്ള രണ്ടു വലിയ കണ്ണുകളും പ്രസരിപ്പും ചൈതന്യവുമുള്ള ഒരു മുഖവും ഞാൻ കണ്ടു. പെട്ടെന്ന് ആ മുഖത്ത് ചിരി പൊട്ടിവിടർന്നു, ആ വെളുത്ത പല്ലുകൾ തിളങ്ങി. പുരികക്കൊടികൾ മുകളിലേയ്ക്കുയർന്നു... എന്റെ മുഖം ചുവന്നു. തോക്ക് നിലത്തുനിന്ന് എടുത്തുകൊണ്ട് ഞാൻ വീട്ടിലേയ്ക്കോടി. പിന്നിൽ പൊട്ടിച്ചിരികൾ മുഴങ്ങിക്കൊണ്ടിരുന്നു—എന്നാൽ അപ്രീതിയുടെ ലാഞ്ഛനപോലും അതിൽ ഉണ്ടായിരുന്നില്ല. ഞാൻ എന്റെ മുറിയിൽ ച്ചെന്ന് കിടക്കയിലേക്കു വീണ് കൈകൾ കൊണ്ട് മുഖം പൊത്തി. എന്റെ ഹൃദയം ശക്തിയായി മിടിച്ചുകൊണ്ടിരുന്നു. എനിക്ക് ലജ്ജയും അതേ സമയം തന്നെ സന്തോഷവും തോന്നി. മുമ്പൊരിക്കലും തോന്നാത്ത ഒരുതരം ഉദ്വേഗം എനിക്കനുഭവപ്പെട്ടു.

അല്പനേരം ഞാൻ വിശ്രമിച്ചു. പിന്നീട് മുടി ചീകുകയും കോട്ടിലെ പൊടി തുടച്ചുകളയുകയും ചെയ്തിട്ട് ഞാൻ ചായ കുടിക്കാനായി താഴ ത്തേക്കുപോയി. ആ ചെറുപ്പക്കാരിയുടെ രൂപം ആ സമയത്തൊക്കെ എന്റെ കൺമുന്നിൽ ഉണ്ടായിരുന്നു. എന്റെ ഹൃദയമിടിപ്പ് സാധാരണഗ തിയിലായിത്തീർന്നെങ്കിലും ഇടയ്ക്കിടെ മധുരമായ ഒരു വേദന അവിടെ അനുഭവപ്പെട്ടിരുന്നു.

“എന്തുപറ്റി?” എന്നെ കണ്ട മാത്രയിൽ അച്ഛൻ ചോദിച്ചു. “നീ കാക്കയെ കൊന്നോ?”

അച്ഛനോട് എല്ലാം തുറന്നു പറയണമെന്ന് എനിക്ക് ആഗ്രഹമുണ്ടാ യിരുന്നെങ്കിലും ഞാൻ സ്വയം നിയന്ത്രിച്ചു. ഗൂഢമായി ഒന്നു പുഞ്ചിരി ക്കുക മാത്രമാണ് ഞാൻ ചെയ്തത്. ഉറങ്ങിക്കിടക്കുന്നതിനു മുമ്പ് ഞാൻ എന്തുകൊണ്ടോ ഉപ്പൂറ്റി കുത്തിനിന്ന് മൂന്നാലു തവണ വട്ടം കറങ്ങി. മുടിയിൽ സുഗന്ധതൈലം പുരട്ടിയിട്ട് ഞാൻ കിടന്നു. അപ്പോൾത്തന്നെ ഉറങ്ങുകയും ചെയ്തു. രാത്രിമുഴുവൻ ഞാൻ ബോധംകെട്ടുറങ്ങി. നേരം വെളു ത്തപ്പോൾ ഒന്നുണർന്ന് തല പൊക്കി സന്തോഷത്തോടെ നോക്കിയിട്ട് വീണ്ടും ഉറങ്ങി.

III

"അവരുമായി പരിചയപ്പെടാൻ എന്താണ മാർഗ്ഗം?" ഉറക്കമുണർന്നയുടൻ എന്റെ മനസ്സിലൂടെ കടന്നുപോയ ചിന്ത അതായിരുന്നു. പ്രാതലിനുമുമ്പ് ഞാൻ തോട്ടത്തിലേക്കിറങ്ങി, എന്നാൽ വേലിയ്ക്കടുത്തു ചെല്ലാൻ ധൈര്യപ്പെട്ടില്ല. ആരേയും ഞാൻ കണ്ടുമില്ല. പ്രാതലിനുശേഷം അവരുടെ വീടിന്റെ മുമ്പിലുള്ള വഴിയിലൂടെ ഞാൻ അങ്ങോട്ടുമിങ്ങോട്ടും പലതവണ നടന്നു. ദൂരെനിന്ന് ഞാൻ ആ വീട്ടിലെ ജനാലകളിലേക്കു തുറിച്ചുനോക്കിക്കൊണ്ടിരുന്നു... ഒരുതവണ അവളുടെ മുഖം കർട്ടനു പിന്നിൽ പ്രത്യക്ഷപ്പെട്ടെന്ന് എനിക്കു തോന്നി—ഞാൻ പേടിച്ച് തിരിഞ്ഞു നടന്നു. "എന്തായാലും അവരുമായി പരിചയപ്പെടണം." സെസ്കുച്നി തോട്ടത്തിന്റെ മുമ്പിലുള്ള മണൽപ്പരപ്പിലൂടെ നടക്കുന്നതിനിടയിൽ ഞാൻ ചിന്തിച്ചുറച്ചു. "പക്ഷേ എങ്ങനെ? പ്രശ്നം അതാണ്." ഇന്നലത്തെ കൂടിക്കാഴ്ചയുടെ ഓരോ വിശദാംശവും എന്റെ ഓർമ്മയിലേക്ക് ഓടിയെത്തി. അവൾ എന്നെ നോക്കി പൊട്ടിച്ചിരിക്കുന്ന ചിത്രമാണ് ഏറ്റവും മിഴിവോടെ എന്റെ മനസ്സിൽ പതിഞ്ഞിരുന്നത്. ഞാൻ പല പദ്ധതികളെപ്പറ്റിയും ആലോചിച്ച് മനസ്സു പുണ്ണാക്കിക്കൊണ്ടിരിക്കെ വിധി എന്റെ സഹായത്തിന് ഓടിയെത്തി.

ഞാൻ വീട്ടിലില്ലായിരുന്ന സമയത്ത് അമ്മയ്ക്ക് ഞങ്ങളുടെ പുതിയ അയല്ക്കാരി ഒരു കത്തു കൊടുത്തയച്ചു. ചാരനിറമുള്ള കടലാസിൽ വടിവില്ലാത്ത കൈയക്ഷരത്തിൽ ധാരാളം വ്യാകരണത്തെറ്റുകളോടെ എഴുതിയിരുന്ന ആ കത്ത് സാധാരണ തപാൽ ഉരുപ്പടികളിലും വില കുറഞ്ഞ മദ്യക്കുപ്പികളിലും മാത്രം ഉപയോഗിക്കാറുള്ള ഒരുതരം അരക്കുകൊണ്ടാണ് മുദ്ര ചെയ്തിരുന്നത്. ആ കത്തിൽ പ്രഭ്വി എന്റെ അമ്മയുടെ സഹായം ആവശ്യപ്പെട്ടിരുന്നു. എന്റെ അമ്മയ്ക്കു പരിചയമുള്ള ചിലരുമായി പ്രഭ്വിക്ക് ഏതോ ചില കേസുകളുണ്ടെന്നും പ്രഭ്വിയുടേയും മക്കളുടേയും ഭാവി ആ കേസുകളെ ആശ്രയിച്ചാണിരിക്കുന്നതെന്നും അതു കൊണ്ട് അവർക്കുവേണ്ടി എന്റെ അമ്മ സ്വാധീനം ചെലുത്തണമെന്നുമായിരുന്നു കത്തിന്റെ രത്നച്ചുരുക്കം. "കുലീനയായ ഒരു മഹിള എന്ന നിലയ്ക്ക് കുലീനയായ മറ്റൊരു മഹിളയോട് ഞാൻ സഹായമഭ്യർത്ഥിക്കയാണ്." പ്രഭ്വി എഴുതി. "എനിക്കതിൽ സന്തോഷമേയുള്ളൂ." എന്റെ അമ്മയെ വന്നു കാണാൻ അവർക്ക് അവസരം കൊടുക്കണമെന്ന് അഭ്യർത്ഥിച്ചുകൊണ്ടാണ് അവർ കത്ത് അവസാനിപ്പിച്ചത്.

ഞാൻ ചെല്ലുമ്പോൾ അമ്മ മുഖം വീർപ്പിച്ചിരിക്കയായിരുന്നു. അച്ഛൻ പുറത്തുപോയിരുന്നതിനാൽ അമ്മയ്ക്ക് ഉപദേശം തേടാൻ ആരുമുണ്ടായിരുന്നില്ല. "കുലീനയായ ഒരു മഹിളയ്ക്ക്" അതും ഒരു പ്രഭ്വിക്ക് മറുപടി എഴുതാതിരിക്കുന്നത് അപമര്യാദയാണെന്ന് അമ്മയ്ക്കറിയാം. എന്നാൽ എഴുതേണ്ടതെങ്ങനെയെന്ന് അമ്മയ്ക്ക് നിശ്ചയമില്ല. ഫ്രഞ്ചിൽ മറുപടിയെഴുതിയാൽ അതു അനുചിതമായിരിക്കും. റഷ്യനിൽ നന്നായി എഴുതാൻ തനിക്കു വശമില്ല എന്ന സത്യം മറ്റുള്ളവരെ അറിയിക്കാൻ അവർ ഇഷ്ടപ്പെട്ടുമില്ല. അങ്ങനെ അമ്മ കുഴങ്ങിയിരിക്കുമ്പോഴാണ് ഞാൻ ചെന്നു കയറിയത്. അമ്മയ്ക്കു സന്തോഷമായി. തന്നാലാവുന്ന എല്ലാവിധ സഹായങ്ങളും ചെയ്തുകൊടുക്കാൻ അമ്മ തയ്യാറാണെന്നും പന്ത്രണ്ടുമണിക്കും ഒന്നിനും ഇടയ്ക്ക് താൻ അവരെ കാത്തിരിക്കുമെന്നും പ്രഭ്വിയോടു പറയാൻ അമ്മ എന്നെ ഭാരമേല്പിച്ചു. എന്റെ രഹസ്യമായ ആഗ്രഹം ഇത്ര പെട്ടെന്ന് സഫലമാകാൻ പോകുന്നതോർത്ത് എനിക്കു സന്തോഷവും അതേസമയം തന്നെ ഭയവും തോന്നി. എന്നാൽ ഉദ്വേഗം ഞാൻ പുറത്തു കാട്ടിയില്ല. ഞാൻ എന്റെ മുറിയിൽ ചെന്ന് പുതിയ ഒരു ടൈയും കോട്ടും ധരിച്ചു. പശയിടാതെ മടങ്ങിക്കിടക്കുന്ന കോളറും ജാക്കറ്റുമായിരുന്ന എന്റെ സാധാരണവേഷം—അത് എനിക്ക് തീരെ ഇഷ്ടമായിരുന്നില്ല.

IV

ആ ചെറിയ വീടിന്റെ ഇടുങ്ങിയ ഇടനാഴിയിൽ പ്രവേശിച്ചപ്പോൾ ഞാൻ അടിമുടി വിറച്ചുകൊണ്ടിരുന്നു. തല നരച്ച വൃദ്ധനായ ഒരു പരിചാരകനെ ഞാൻ അവിടെ കണ്ടുമുട്ടി. ചെമ്പിന്റെ നിറമുള്ള ഇരുണ്ട മുഖവും പന്നിയുടേതുപോലുള്ള മ്ലാനമായ കണ്ണുകളുമുള്ള ആ വൃദ്ധന്റെ നെറ്റിയിലും ചെന്നികളിലും ധാരാളം വലിയ ചുളിവുകൾ ഉണ്ടായിരുന്നു. അത്രയേറെ ജരബാധിച്ച ഒരു മനുഷ്യനെ ഞാൻ അതിനുമുമ്പ് കണ്ടിട്ടില്ല. ഉപ്പിലിട്ട ഒരു മത്സ്യത്തിന്റെ ഉച്ഛിഷ്ടങ്ങൾ വച്ച ഒരു പിഞ്ഞാണം അയാളുടെ കയ്യിലുണ്ടായിരുന്നു. മുറിയുടെ വാതിൽ കാലുകൊണ്ട് തള്ളി അടച്ചിട്ട് അയാൾ പരുഷമായ സ്വരത്തിൽ ചോദിച്ചു:

"എന്തു വേണം?"

"സസേകിന പ്രഭ്വി വീട്ടിലുണ്ടോ?" ഞാൻ ചോദിച്ചു.

"വൊനിഫാതി!" ഇടറിയ ഒരു സ്ത്രീശബ്ദം വാതിലിനപ്പുറത്തുനിന്ന് വിളിച്ചു.

പരിചാരകൻ ഒരക്ഷരം ഉരിയാടാതെ പിഞ്ഞാണം നിലത്തു വച്ചിട്ട് തിരിഞ്ഞു നടന്നു. കുലചിഹ്നം അടയാളപ്പെടുത്തിയ തുരുമ്പുപിടിച്ച ഓരൊറ്റ ബട്ടൺ മാത്രമുള്ള അയാളുടെ വില്ലാവേഷത്തിന്റെ ഇട്ടിട്ട പഴകിയ പിൻഭാഗം ഞാൻ കണ്ടു.

"നീ പോലീസ് സ്റ്റേഷനിൽ പോയോ?" മുമ്പുകേട്ട അതെ ഇടറിയ ശബ്ദം വീണ്ടും കേട്ടു. അതിനുത്തരമായി പരിചാരകൻ എന്തോ മുരണ്ടു. "എന്താ പറഞ്ഞത്?" സ്ത്രീ ചോദിച്ചു. എന്നെ കാണാൻ ആരോ വന്നിട്ടുണ്ടെന്നോ? അടുത്തവീട്ടിലെ ചെറുപ്പക്കാരനോ? ശരി, ഇവിടെ വരാൻ പറയൂ."

"ദയവുചെയ്ത് സ്വീകരണ മുറിയിലേക്കു ചെന്നാലും," പരിചാരകൻ തിരിച്ചുവന്ന് പിഞ്ഞാണം കയ്യിലെടുത്തുകൊണ്ട് പറഞ്ഞു.

ഞാൻ ടൈ നേരേയാക്കിയിട്ട് "സ്വീകരണ മുറി"യിലേയ്ക്കു കടന്നു. വിലകുറഞ്ഞ ഏതാനും കസേരകളും മറ്റു മരസാമാനങ്ങളും ധൃതിയിൽ പിടിച്ചിട്ടതുപോലെ ചന്തമില്ലാതെ നിരത്തിയിട്ടുള്ള വൃത്തിഹീനമായ ഒരു ചെറിയ മുറിയായിരുന്നു അത്. ജനലിനടുത്തു കിടന്ന കയ്യൊടിഞ്ഞ ഒരു ചാരുകസേരയിൽ ഏതാണ്ട് അമ്പതു വയസ്സു തോന്നിക്കുന്ന ഒരു

സ്ത്രീ ഇരുന്നിരുന്നു. പച്ച നിറമുള്ള പഴയ കുപ്പായവും വർണ്ണശബളമായ ഒരു ഷാളുമാണ് അവർ ധരിച്ചിരുന്നത്. അവർ തലയിൽ തൂവാല കെട്ടി യിട്ടുണ്ടായിരുന്നില്ല. തീരെ അനാകർഷകവും അസുന്ദരവുമായ ഒരു രൂപമായിരുന്നു അവരുടേത്. അവരുടെ ചെറിയ കറുത്തകണ്ണുകൾ എന്നെത്തന്നെ ഉറ്റുനോക്കിക്കൊണ്ടിരുന്നു.

ഞാൻ അവരുടെ അടുത്തുചെന്ന് തലകുനിച്ചു വണങ്ങി.

“സസേകിന പ്രഭ്വിയോട് സംസാരിക്കാൻ എന്നെ അനുവദിച്ചാലും.”

“ഞാനാണ് സസേകിന പ്രഭ്വി: കുട്ടി ശ്രീമാൻ വി.യുടെ മകനാണോ?”

“അതെ. ഞാൻ അമ്മയുടെ ഒരു സന്ദേശവുമായി വന്നിരിക്കുക യാണ്.”

“ഇരിക്കൂ. വൊനിഫാതി! എന്റെ താക്കോൽക്കൂട്ടം എവിടെയെങ്കിലും കണ്ടോ?”

പ്രഭ്വിയുടെ എഴുത്തിനുള്ള എന്റെ അമ്മയുടെ മറുപടി ഞാൻ അവരെ അറിയിച്ചു. തടിച്ച ചുവന്ന വിരലുകളാൽ ജനൽപ്പടിയിൽ താളം പിടിച്ചു കൊണ്ട് പ്രഭ്വി ഞാൻ പറഞ്ഞതു കേട്ടുകൊണ്ടിരുന്നു. ഞാൻ പറഞ്ഞു നിർത്തിയപ്പോൾ അവരുടെ കണ്ണുകൾ വീണ്ടും എന്റെമേൽ പതിഞ്ഞു.

“വളരെ സന്തോഷം. ഞാൻ തീർച്ചയായിട്ടും വരാം,” അല്പം കഴിഞ്ഞ് അവർ പറഞ്ഞു. “കണ്ടിട്ട് ഒരു കൊച്ചു പയ്യനു തോന്നുന്നല്ലോ! എത്ര വയസ്സുണ്ട്?”

“പതിനാറ്,” ഞാൻ മടിച്ചു മടിച്ചു പറഞ്ഞു.

പ്രഭ്വി പോക്കറ്റിൽ നിന്ന് മെഴുകു പുരണ്ട കുറെ കടലാസുകൾ വലിച്ചെടുത്ത് കണ്ണിനടുത്തു പിടിച്ചു പരിശോധിച്ചു തുടങ്ങി. അവയിൽ എന്തൊക്കെയോ കുത്തിക്കുറിച്ചിരുന്നു.

“നല്ല പ്രായമാണത്.” എന്റെനേരെ തിരിയുകയും കസേരയിൽ ഒന്ന് ഇളകി ഇരിക്കുകയും ചെയ്തുകൊണ്ട് പെട്ടെന്ന് അവർ പറഞ്ഞു. “ഇവിടെ യാതൊരു ഔപചാരികത്വവും വേണ്ട, കേട്ടോ. ഞങ്ങൾ വെറും സാധാരണ മട്ടുകാരാണ്.”

“അതെയതെ, തീരെ സാധാരണ മട്ടായിപ്പോയി.” അറിയാതെ മനസ്സിൽ കടന്നുകൂടിയ വെറുപ്പോടെ സ്ഥൂലഗാത്രിയായ ആ സ്ത്രീയെ ഒന്നു നോക്കിയിട്ട് ഞാൻ വിചാരിച്ചു.

ആ സമയത്ത് സ്വീകരണ മുറിയുടെ മറ്റൊരു വാതിൽ തുറക്കപ്പെട്ടു. തലേന്ന് ഞാൻ കണ്ട യുവതി വാതില്ക്കൽ പ്രത്യക്ഷപ്പെട്ടു. അവൾ കയ്യു യർത്തി, അവളുടെ ചുണ്ടുകളിൽ ഒരു പുഞ്ചിരി മിന്നിമറഞ്ഞു.

“എന്റെ മകളാണ്.” കൈമുട്ട് വാതില്ക്കലേക്കു ചൂണ്ടി കാണിച്ചുകൊണ്ട് പ്രഭ്വി പറഞ്ഞു. “സീന ഇത് നമ്മുടെ അയൽക്കാരനായ ശ്രീമാൻ വി. യുടെ മകനാണ്. പേരെന്താണെന്നു പറഞ്ഞില്ലല്ലോ?”

"വ്ലദീമിർ," എണീറ്റ നിന്ന് പരിഭ്രമംകൊണ്ട് വിക്കിവിക്കി ഞാൻ പറഞ്ഞു.

"ഇരട്ടപ്പേരോ?"

"പെത്രോവിച്ച്."

"കൊള്ളാം! വ്ലദീമിർ പെത്രോവിച്ച് എന്ന പേരുള്ള ഒരു പോലീസ് മേധാവിയെ എനിക്ക് പരിചയമുണ്ടായിരുന്നു. വൊനിഫാതി! എന്റെ താക്കോൽ തപ്പണ്ട. അതെന്റെ പോക്കറ്റിൽതന്നെയുണ്ട്."

തല ഒരു വശത്തേക്ക് അല്പം ചെരിച്ചു പിടിച്ച് കണ്ണുകൾ തെല്ലൊന്ന് ഇറുക്കി നേരിയ പരിഹാസം കലർന്ന ഒരു പുഞ്ചിരിയോടെ ആ ചെറുപ്പക്കാരി എന്നെത്തന്നെ നോക്കിനില്ക്കുകയായിരുന്നു.

"മെസ്യേ വൊൻദെമാറിനെ ഞാൻ നേരത്തെ കണ്ടിട്ടുണ്ട്," അവൾ പറഞ്ഞു. (വെള്ളിമണി കിലുങ്ങുന്നതുപോലുള്ള ആ ശബ്ദം എന്നെ കോൾമയിർ കൊള്ളിച്ചു). "ഞാൻ അങ്ങനെ വിളിക്കുന്നതിൽ വിരോധമില്ലല്ലോ?"

"വിരോധമോ? തീർച്ചയായും ഇല്ല," ഞാൻ വിക്കിവിക്കി പറഞ്ഞു.

"എവിടെ വച്ചാണ് കണ്ടത്?" പ്രഭ്വി മകളോടു ചോദിച്ചു. മകൾ അതിനു മറുപടി പറഞ്ഞില്ല.

എന്റെ മുഖത്തുനിന്നും കണ്ണെടുക്കാതെ അവൾ ചോദിച്ചു:

"ഇപ്പോൾ എന്തെങ്കിലും ജോലിത്തിരക്കുണ്ടോ?"

"ഇല്ല, ഒന്നുമില്ല!"

"എന്നാൽ കമ്പിളി നൂൽ ചുറ്റാൻ എന്നെ ഒന്നു സഹായിക്കണം. എന്റെ കൂടെ വരൂ."

ഒന്നു തലയാട്ടിയിട്ട് അവൾ സ്വീകരണ മുറിയിൽ നിന്നുപോയി. ഞാൻ പിന്നാലെ ചെന്നു.

ഞാൻ കടന്നുചെന്ന മുറിയിലെ കസേരകളും മറ്റും കുറേക്കൂടി ഭേദമായിരുന്നു. അവ സംവിധാനം ചെയ്തിരുന്നതും ഭംഗിയായിട്ടാണ്. സത്യം പറഞ്ഞാൽ അതൊന്നും ശ്രദ്ധിക്കാനുള്ള മനസ്സാന്നിധ്യം അപ്പോൾ എനിക്കുണ്ടായിരുന്നില്ല—സ്വപ്നത്തിലെന്നപോലെയാണ് ഞാൻ നടന്നത്. സന്തോഷാധിക്യം കൊണ്ടുള്ള ഒരുതരം തളർച്ച എന്റെ സിരകളിലും അംഗങ്ങളിലും അനുഭവപ്പെട്ടു.

പ്രഭുകുമാരി ഒരു കസേരയിലിരുന്നു. മറ്റൊരു കസേര ചൂണ്ടികാട്ടിയിട്ട് അവൾ ചുവന്ന ഒരു കഴി കമ്പിളി നൂൽ പുറത്തെടുത്ത് സൂക്ഷിച്ച് ചുരുളഴിച്ച് എന്റെ നീട്ടിപ്പിടിച്ച കൈതണ്ടകളുടെ മീതെ വെച്ചു. നിശ്ശബ്ദയായും ധാരാളം സമയമുണ്ടെന്നമട്ടിൽ പരിഹാസ്യമാം വണ്ണം പതുക്കെയുമാണ് അവൾ ഇതെല്ലാം ചെയ്തത്. അപ്പോഴെല്ലാം അവളുടെ അല്പം വിടർന്ന ചെഞ്ചുണ്ടുകളിൽ ഒരു കള്ളപ്പുഞ്ചിരി തങ്ങിനിന്നിരുന്നു. നടുവേ മടക്കിയ

ഒരു ചീട്ടിന്മേൽ അവൾ നൂൽ മെല്ലെ ചുറ്റിത്തുടങ്ങി. പൊടുന്നനെ ആ പ്രസന്നമായ മിഴികളുയർത്തി അവൾ എന്റെ മുഖത്തേക്ക് ഒന്നു നോക്കി. ഞാൻ അറിയാതെ കണ്ണുകൾ താഴ്ത്തി. സാധാരണ പാതികൂമ്പിയിരിക്കുന്ന അവളുടെ കണ്ണുകൾ പൂർണ്ണമായി തുറന്നപ്പോൾ ആ മുഖത്തുണ്ടായ മാറ്റം അത്ഭുതാവഹമായിരുന്ന—അസാധാരണമായ ഒരു തേജസ്സുകൊണ്ട് ആ മുഖം തിളങ്ങി.

"മെസ്യേ വൊൽദെമാർ, ഇന്നലെ എന്നെപ്പറ്റി എന്താണ് തോന്നിയത്?" നിശ്ശബ്ദത ഭഞ്ജിച്ചുകൊണ്ട് അവൾ ചോദിച്ചു. "എന്റെ പെരുമാറ്റം തീരെ ഇഷ്ടമായിക്കാണില്ല, ഉവ്വോ?"

"എനിക്ക്... വാസ്തവത്തിൽ എനിക്ക് ഒന്നും തോന്നിയില്ല... എന്തു തോന്നാനാണ്?..." പരിഭ്രമം അടക്കാൻ പാടുപെട്ടുകൊണ്ട് ഞാൻ ഒരു വിധത്തിൽ പറഞ്ഞു.

"ഞാൻ പറയുന്നതു കേൾക്കൂ," അവൾ പറഞ്ഞു. "നിനക്ക് എന്നെ അറിയില്ല. ഞാൻ ഒരു വിചിത്ര ജീവിയാണ്. എല്ലാവരും എന്നോട് സത്യം പറയുന്നതാണ് എനിക്കിഷ്ടം. നിനക്കു പതിനാറു വയസ്സുണ്ടെന്ന് അമ്മയോടു പറഞ്ഞതു ഞാൻ കേട്ടു. എനിക്ക് വയസ്സ് ഇരുപത്തൊന്നുണ്ട്. മനസ്സിലായോ? താൻ നിന്നേക്കാൾ വളരെ മൂത്തതാണ്. അതുകൊണ്ട് എന്നോട് നീ എപ്പോഴും സത്യം പറയണം... ഞാൻ പറയുന്നത് അനുസരിക്കുകയും വേണം. നീ ഇങ്ങോട്ടു നോക്കൂ, എന്റെ മുഖത്തു നോക്കാൻ എന്താണിത്ര മടി?"

എന്റെ പരിഭ്രമം വർദ്ധിച്ചു, എങ്കിലും ഞാൻ ദൃഷ്ടികളുയർത്തി അവളുടെ കണ്ണുകളിലേയ്ക്കു നോക്കി. അവൾ പുഞ്ചിരിച്ചു. മുമ്പുണ്ടായിരുന്ന പുഞ്ചിരിയല്ല, അഭിനന്ദനം രേഖപ്പെടുത്തുന്ന ഒരു പുഞ്ചിരിയായിരുന്നു അത്.

"എന്നെ നോക്കിക്കോളൂ," അവൾ ശബ്ദം താഴ്ത്തി വാത്സല്യപൂർവ്വം പറഞ്ഞു. "എനിക്കതിൽ വിരോധമില്ല. എനിക്ക് നിന്റെ മുഖം ഇഷ്ടമായി. നമ്മൾ ചങ്ങാതിമാരായിത്തീരുമെന്നാണ് എനിക്കു തോന്നുന്നത്. ആട്ടെ, നിനക്ക് എന്നെ ഇഷ്ടപ്പെട്ടോ?" അവൾ കൗശലപൂർവ്വം ചോദിച്ചു.

"പ്രഭുകുമാരി..." ഞാൻ പറയാനാരംഭിച്ചു.

"ഒന്നാമത് നീ എന്നെ സിനയീദ അലക്സാന്ദ്രൊാവ്ന എന്നാണ് വിളിക്കേണ്ടത്. രണ്ടാമത്, കുട്ടികൾ... അല്ല ചെറുപ്പക്കാർ, മനസ്സിലുള്ളതു തുറന്നു പറയാതിരിക്കുന്നത് എനിക്ക് തീരെ ഇഷ്ടമല്ല. മുതിർന്നവർ അങ്ങനെ ചെയ്തോട്ടെ. ഇനി പറയൂ. നിനക്ക് എന്നെ ഇഷ്ടമായോ?"

അവളുടെ തുറന്ന സംസാരം എനിക്ക് ഇഷ്ടപ്പെട്ടില്ലെങ്കിലും എന്നെ അവൾ ഒരു കുട്ടിയായി കണക്കാക്കുന്നതിൽ എനിക്ക് ഈർഷ്യതോന്നി. ഞാൻ ഒരു കൊച്ചുകുട്ടിയല്ല എന്നു തെളിയിക്കാൻ വേണ്ടി ഗൗരവവും അടുപ്പവും നടിച്ചുകൊണ്ട് ഞാൻ പറഞ്ഞു.

“സിനയീദ അലക്സാന്ദ്രോവ്ന, എനിക്ക് നിങ്ങളെ വളരെ ഇഷ്ടമായി. അക്കാര്യം മറച്ചുവയ്ക്കാൻ ഞാൻ ആഗ്രഹിക്കുന്നുമില്ല...”

അവൾ എന്റെ നേരെ നോക്കി മെല്ലെ തലയാട്ടിക്കൊണ്ടു ചോദിച്ചു.

“നിനക്ക് വീട്ടിൽ ട്യൂട്ടർമാർ ആരെങ്കിലുമുണ്ടോ?”

“ഇല്ല, വളരെക്കാലമായി ആരുമില്ല,” ഞാൻ തട്ടിവിട്ടു. വാസ്തവത്തിൽ എന്റെ ഫ്രഞ്ച് അധ്യാപകൻ പിരിഞ്ഞിട്ട് ഒരു മാസംപോലും ആയിരുന്നില്ല.

“ഓഹോ, അപ്പോൾ നീ വലുതായിക്കഴിഞ്ഞെന്നർത്ഥം.

അവൾ മെല്ലെ എന്റെ വിരലുകളിൽ തട്ടിക്കൊണ്ട് പറഞ്ഞു. “കൈ നേരെ പിടിക്കു!” അവൾ കമ്പിളി നൂൽച്ചുറ്റുന്നതിൽ മുഴുകി.

അവൾ ജോലിയിൽ മാത്രം ശ്രദ്ധിച്ചിരിക്കുകയായിരുന്നത്കൊണ്ട് അവളെ ശരിക്കു നോക്കികാണാനുള്ള അവസരം എനിക്കു കിട്ടി. ആദ്യമാദ്യം ഒളിച്ചാണ് ഞാൻ നോക്കിയത്. പിന്നീട് എനിക്കു കൂടുതൽ ധൈര്യം വന്നു. അവൾക്ക് തലേദിവസത്തെക്കാൾ ചന്തമുണ്ടെന്ന് എനിക്കു തോന്നി. അവളുടെ മുഖം അതിമൃദുലവും സുന്ദരവും പ്രബുദ്ധവുമായിരുന്നു. വെളുത്ത കർട്ടനിട്ട ജനലിനു പുറംതിരിഞ്ഞാണ് അവൾ ഇരുന്നിരുന്നത്. കർട്ടന്റെ ഇടയിലൂടെ അരിച്ചുവന്ന വെയിലിന്റെ ഒരു കീറ് അവളുടെ പട്ടുപോലുള്ള സുവർണ്ണ കേശത്തിലും നിർമ്മലമായ കഴുത്തിലും സുന്ദരമായ തോളുകളിലും മൃദുലവും പ്രശാന്തവുമായ മാറിടത്തിലും തഴുകിക്കൊണ്ടിരുന്നു. അവളെ അങ്ങനെ നോക്കിക്കൊണ്ടിരുന്നപ്പോൾ എനിക്കു തോന്നി എനിക്ക് വളരെ അടുപ്പമുള്ള ഒരു വ്യക്തിയാണ് അവളെന്ന്. യുഗങ്ങളായി എനിക്ക് അവളെ പരിചയമുണ്ട്! അവളെ കണ്ടുമുട്ടുന്നതിനുമുമ്പ് ഞാൻ ഉണ്ടായിരുന്നില്ല!... കടും നിറത്തിലുള്ള ഒരു പഴയ ഉടുപ്പായിരുന്നു അവൾ ധരിച്ചിരുന്നത്. ആ ഉടുപ്പിന്റെ ഓരോ ഞൊറിയും തഴുകണമെന്ന് ഞാൻ ആഗ്രഹിച്ചു. ഉടുപ്പിന്റെ അടിയിൽ നിന്ന് അവളുടെ പാദുകങ്ങളുടെ അഗ്രം പുറത്തേക്ക് എത്തിനോക്കിക്കൊണ്ടിരുന്നു. കമഴ്ന്ന് കിടന്ന് ആ പാദുകങ്ങളിൽ ചുംബിക്കാൻ ഞാൻ കൊതിച്ചു... “ഇവളുടെ മുമ്പിൽ ഇരിക്കുന്ന ഞാൻ എത്ര ഭാഗ്യവാനാണ്.” ഞാൻ വിചാരിച്ചു. “ദൈവമേ! എന്തൊരു ഭാഗ്യം!” ആനന്ദനിർവൃതിയിൽ മതിമറന്ന് ഞാൻ ചാടിയെണീക്കാൻ പോയതാണ്, എന്നാൽ തക്ക സമയത്ത് ഞാൻ സ്വയം നിയന്ത്രിച്ചു. മിഠായി കിട്ടിയ ഒരു കൊച്ചുകുട്ടിയെപ്പോലെ കാലുകൾ ഒന്നിളക്കുക മാത്രമേ ഞാൻ ചെയ്തുള്ളൂ.

വെള്ളത്തിൽ കിടക്കുന്ന മത്സ്യത്തെപ്പോലെ ഞാൻ സംതൃപ്തനായിരുന്നു. ആ മുറിയിൽ ആ കസേരയിൽ ജീവിതകാലം മുഴുവൻ അങ്ങനെ ഇരിക്കാൻ കഴിഞ്ഞെങ്കിൽ എന്നു ഞാനാഗ്രഹിച്ചു.

കൂമ്പിയ ഇമകൾ മെല്ലെ വിടർന്നു, അവളുടെ തിളങ്ങുന്ന കണ്ണുകൾ വീണ്ടും എന്റെമേൽ സൗമ്യമായ പ്രകാരം ചൊരിഞ്ഞു, ആ ചുണ്ടുകൾ വീണ്ടും പുഞ്ചിരിതൂകി.

"നിന്റെ ഒരു നോട്ടം!"എന്റെ നേരെ വിരൽ കുലുക്കിക്കൊണ്ട് അവൾ മെല്ലെ പറഞ്ഞു.

എന്റെ മുഖം ചുവന്നു. "അവൾക്ക് എല്ലാം മനസ്സിലാകുന്നുണ്ട്, എല്ലാം അവൾ കാണുന്നുണ്ട്." ഞാൻ വിചാരിച്ചു. എല്ലാം കാണുകയും മനസ്സിലാക്കുകയും ചെയ്യാതിരിക്കാൻ അവൾക്കെങ്ങിനെ കഴിയും?"

അടുത്ത മുറിയിൽനിന്ന് പെട്ടെന്ന് ഒരു ശബ്ദം കേട്ടു. ഒരു വാളിന്റെ കിലുക്കമായിരുന്നു അത്.

"സീന!" പ്രഭ്വി സ്വീകരണ മുറിയിൽനിന്ന് വിളിച്ചു.

"ബെലൊവ്സോറൊവ് നിനക്ക് ഒരു പൂച്ചക്കുട്ടിയെ കൊണ്ടുവന്നിരിക്കുന്നു."

"പൂച്ചക്കുട്ടിയോ?" എന്നു വിളിച്ചു ചോദിച്ചുകൊണ്ട് സിനയീദ ചാടിയെണീറ്റു. കമ്പിളി ഉണ്ട എന്റെ മടിയിലേക്കിട്ടിട്ട് അവൾ പുറത്തേയ്ക്കോടി.

ഞാനും എണീറ്റു. കമ്പിളി നൂൽ ജനലിലിൽവച്ചിട്ട് സ്വീകരണ മുറിയിലേക്കു കടന്ന ഞാൻ അത്ഭുതസ്തബ്ധനായി നിന്നുപോയി: വരയുള്ള ഒരു പൂച്ചക്കുട്ടി നിലത്ത് കിടക്കുന്നു, സിനയീദ മുട്ടുകുത്തിനിന്ന് അതിന്റെ തല മെല്ലെ ഉയർത്തിപിടിച്ചിരിക്കുന്നു. പ്രഭ്വിയുടെ അടുത്ത്, ജനാലകൾക്കിടയിലുള്ള സ്ഥലം മുഴുവൻ അപഹരിച്ചുകൊണ്ട് സുമുഖനും ചെറുപ്പക്കാരനുമായ ഒരു ഹുസാർ നില്പുണ്ട്. സ്വർണ്ണനിറമുള്ള ചുരുണ്ട മുടിയും തുടുത്ത മുഖവുമുള്ള അയാളുടെ കണ്ണുകൾക്ക് അസാധാരണ ചൈതന്യമുണ്ടായിരുന്നു.

"എന്തു രസമാണെന്നു നോക്കൂ!" സിനയീദ ആഹ്ലാദഭരിതയായി മൊഴിഞ്ഞു. "ഇതിന്റെ കണ്ണുകൾക്ക് ചാരനിറമല്ല, പച്ചനിറമാണ്. എത്ര വലിയ ചെവികൾ! വിക്ടർ യെഗോറിച്ച് നന്ദി. നിങ്ങൾ ഒരു നല്ല മനുഷ്യനാണ്."

തലേദിവസം തോട്ടത്തിൽ കണ്ട ചെറുപ്പക്കാരിൽ ഒരാളായിരുന്നു ആ ഹുസാർ. കുതിമുള്ളുകൾ കൂട്ടിമുട്ടിക്കുകയും വാളുറയുടെ ലോഹവളയങ്ങൾ കിലുക്കുകയും ചെയ്തുകൊണ്ട് അയാൾ സിനയീദയെ തലകുനിച്ചു വണങ്ങുകയും പുഞ്ചിരിതൂവുകയും ചെയ്തു.

"വലിയ ചെവികളുള്ള ഒരു വരയൻ പൂച്ചക്കുട്ടിയെ കിട്ടിയാൽ കൊള്ളാമെന്ന് ഇന്നലെ നിങ്ങൾ പറയുന്നതു ഞാൻ കേട്ടു... ഇതാ ഞാൻ അതിനെ കൊണ്ടുവന്നിരിക്കുന്നു. നിങ്ങൾ ഒരു വാക്കു പറഞ്ഞാൽ ഒരു കല്പനപോലെ ഞാൻ അതനുസരിക്കും. യുവാവ് ഒരിക്കൽക്കൂടി തലകുനിച്ചു.

പൂച്ചക്കുട്ടി മെല്ലെ കരഞ്ഞുകൊണ്ട് നിലത്ത് മണംപിടിച്ചു.

"അതിന് വിശക്കുന്നുണ്ട്!" സിനയീദ വിളിച്ചുപറഞ്ഞു.

"വൊനിഫാതി! സോന്യ! വേഗം കുറച്ചു പാൽ കൊണ്ടുവരൂ!"

മഞ്ഞനിറത്തിലുള്ള വൃത്തികെട്ട ഉടുപ്പും നിറം പോയ തൂവാലയും ധരിച്ച ഒരു പരിചാരിക ഒരു കിണ്ണത്തിൽ കുറച്ചു പാലു കൊണ്ടുവന്ന് പൂച്ചക്കുട്ടിയുടെ മുമ്പിൽ വച്ചു. പൂച്ചക്കുട്ടി ഒന്നു ഞെട്ടിയിട്ട് കണ്ണുകൾ ഇറുക്കിപ്പിടിച്ചുകൊണ്ട് അതു നക്കിക്കുടിച്ചു തുടങ്ങി.

"അതിന്റെ നാക്ക് എത്ര ചുവന്നതാണെന്നു നോക്കൂ!" സിനയീദ പറഞ്ഞു. അവൾ ഏതാണ്ട് നിലത്തു മുട്ടുമാറ് തല കുനിച്ചു പിടിച്ച് പൂച്ച ക്കുട്ടിയുടെ താടിക്കടിയിലൂടെ മറുവശത്തേക്കു നോക്കാൻ ശ്രമിക്കുക യായിരുന്നു.

വയറു നിറഞ്ഞപ്പോൾ പൂച്ചക്കുട്ടി പാലുകുടി നിർത്തി മുൻകാലുക ളുയർത്തി മുഖം തുടച്ചുകൊണ്ട് കുറുങ്ങിത്തുടങ്ങി. സിനയീദ എണീറ്റു. അവൾ അലക്ഷ്യഭാവത്തിൽ പരിചാരികയോടു പറഞ്ഞു. "അതിനെ അപ്പുറത്തേക്കു കൊണ്ടുപോ."

"പൂച്ചക്കുട്ടിയെ തന്നതിനു പകരം നിങ്ങളുടെ കൈ ചുംബിക്കാൻ അനുവദിക്കൂ." ഇറുക്കിപ്പിടിച്ചു കിടക്കുന്ന പുത്തൻ യൂണിഫോറത്തിനു ള്ളിൽ കുടുങ്ങിയ തന്റെ ഭീമാകാരം ആകെ കുലുക്കിക്കൊണ്ട് ഹുസാർ പറഞ്ഞു.

"ഇതാ രണ്ടു കൈകളും," എന്നു പറഞ്ഞുകൊണ്ട് സിനയീദ ഇരുകൈകളും നീട്ടിപ്പിടിച്ചു. അയാൾ അവളുടെ കൈകളിൽ ചുംബിച്ചു കൊണ്ടിരുന്നപ്പോൾ അവൾ അയാളുടെ തോളിനു മുകളിലൂടെ എന്നെ ഒന്നു നോക്കി.

ചിരിക്കുകയോ എന്തെങ്കിലും പറയുകയോ നിശ്ശബ്ദത പാലിക്കു കയോ എന്താണ് വേണ്ടതെന്നു നിശ്ചയമില്ലാതെ ഞാൻ കുഴങ്ങി. പെട്ടെന്ന്, തുറന്നു കിടന്നിരുന്ന ഇടനാഴിയിലേക്കുള്ള വാതില്ക്കൽ നിന്നുകൊണ്ട് ഞങ്ങളുടെ ഭൃത്യനായ ഫ്യോദൊർ എന്റെ നേരെ ആംഗ്യം കാണിക്കുന്നതു ഞാൻ കണ്ടു. ഞാൻ യാന്ത്രികമായി അയാളുടെ അടു ത്തേക്കു നടന്നു.

"എന്താ?"

"അമ്മ എന്നെ പറഞ്ഞയച്ചതാണ്," അയാൾ സ്വകാര്യമായി പറഞ്ഞു. "മറുപടിയുമായി തിരിച്ചു ചെല്ലാത്തതുകൊണ്ടു അമ്മ ദേഷ്യ പ്പെട്ടിരിക്കയാണ്."

"എന്താ? ഞാൻ പോന്നിട്ട് അത്രയധികം സമയമായോ?"

"ഒരു മണിക്കൂറിൽ കൂടുതലായി."

"ഒരു മണിക്കൂറിൽ കൂടുതലോ?" എന്ന് അറിയാതെ ചോദിച്ചുകൊ ണ്ട് ഞാൻ സ്വീകരണ മുറിയിലേക്ക് തിരിച്ചുപോയി. പ്രഭ്വിയുടെ മുമ്പിൽ

തലകുനിക്കുകയും കാലുകൾ കൂട്ടിമുട്ടിക്കുകയും ചെയ്തുകൊണ്ട് ഞാൻ അവിടന്ന് ഇറങ്ങാൻ തുടങ്ങി.

"എവിടെ പോകുന്നു?" പ്രഭുകുമാരി ഹുസാറിന്റെ തോളിനുമുകളിലൂടെ എന്നെ ഒന്നു നോക്കിയിട്ട് ചോദിച്ചു.

"വീട്ടിൽ പോകാൻ നേരമായി," ഞാൻ പറഞ്ഞു. അനന്തരം പ്രഭ്വിയുടെ നേരെ തിരിഞ്ഞ് ഞാൻ ചോദിച്ചു. "ഒരു മണിക്കൂശേഷം പ്രഭ്വിയെ പ്രതീക്ഷിക്കാമെന്ന് അമ്മയോടു പറയട്ടേ?"

"അതെ, അങ്ങനെയാകട്ടെ!"

പ്രഭ്വി പൊടിഡപ്പി തുറന്ന് ഒരു നുള്ളു പൊടിയെടുത്ത് വലിച്ചു. ആ ശബ്ദം കേട്ട് ഞാൻ ഞെട്ടിപ്പോയി—അത്ര ഉറക്കെയാണ് അവർ അതു മൂക്കിലേക്കു വലിച്ചുകയറ്റിയത്! തൊണ്ട(?)മാനൊരുങ്ങിക്കൊണ്ട് അവർ വീണ്ടും പറഞ്ഞു:

"അതെ, അങ്ങനെയാകട്ടെ."

ഞാൻ വീണ്ടും തലകുനിച്ചിട്ട് തിരിഞ്ഞുനടന്നു. തന്നെ ആരോ പിന്നിൽനിന്നു നോക്കുന്നുണ്ടെന്ന് തീർച്ചയുള്ളപ്പോൾ തീരെ ചെറുപ്പക്കാരായ യുവാക്കന്മാരെ പിടികൂടുന്ന ഒരുതരം ജാള്യത എനിക്കും അനുഭവപ്പെട്ടു.

"മെസ്യേ വൊൽദെമാർ, ഇടയ്ക്കൊക്കെ ഇങ്ങോട്ടു വരണം;" സിനയീദ വിളിച്ചു പറഞ്ഞു.

"അവൾ എന്തിനാണ് ഇത്ര വളരെ ചിരിക്കുന്നത്?" വീട്ടിലേക്കു നടക്കുമ്പോൾ ഞാൻ ആലോചിച്ചു. എന്റെ പിന്നാലെ നടന്നിരുന്ന ഫ്യോദൊർ നിശ്ശബ്ദനായിരുന്നെങ്കിലും അയാൾക്ക് അതൊന്നും ഇഷ്ടപ്പെട്ടില്ല എന്നു സ്പഷ്ടമായിരുന്നു. അമ്മ എന്നെ ശകാരിച്ചു. ഞാൻ ഇത്രയധികം സമയം പ്രഭ്വിയുടെ വീട്ടിൽ എന്തു ചെയ്യുകയായിരുന്നെന്ന് അവർ ചോദിച്ചു. അതിനുത്തരമൊന്നും പറയാതെ ഞാൻ എന്റെ മുറിയിലേക്കു പോയി. പെട്ടെന്ന് കടുത്ത വിഷാദം എന്നെ പിടികൂടി. പൊട്ടിക്കരയാതിരിക്കാൻ ഞാൻ നന്നേ പാടുപെട്ടു. ആ ഹുസാറിനോട് എനിക്ക് അസൂയതോന്നി!

V

പറഞ്ഞ സമയത്ത് പ്രഭ്വി അമ്മയെ സന്ദർശിക്കാനെത്തി. എന്നാൽ എന്റെ അമ്മയുടെ പ്രീതിക്കു പാത്രമാകാൻ അവർക്കു കഴിഞ്ഞില്ല. ആ കൂടിക്കാഴ്ച നടക്കുമ്പോൾ ഞാൻ അവിടെ ഉണ്ടായിരുന്നില്ലെങ്കിലും ഭക്ഷണ സമയത്ത് അമ്മ അച്ഛനോട് അതേപ്പറ്റി സംസാരിക്കുന്നത് ഞാൻ കേട്ടു. സസേകിന പ്രഭ്വി "അപരിഷ്കൃതയായ" ഒരു മഹിളയാണെന്നും സെർഗേയ് പ്രഭുവിനോട് സംസാരിക്കണമെന്നുള്ള അഭ്യർത്ഥനകൾകൊണ്ട് അവർ അമ്മയെ വീർപ്പുമുട്ടിച്ചെന്നും "പണസംബന്ധമായ" അനവധി കേസുകളിലും തർക്കങ്ങളിലും അവർ കുടുങ്ങിയിരിക്കുകയാണെന്നും അവർ ഒരു "കുതന്ത്രക്കാരി" ആണെന്നും അമ്മ പറഞ്ഞു. ഇതൊക്കെയാണെങ്കിലും അവർ അയല്ക്കാരിയും പ്രഭ്വിസ്ഥാനം ഉള്ളവരുമായതിനാൽ താൻ അവരേയും മകളേയും നാളെ ഉച്ചഭക്ഷണത്തിനു ക്ഷണിച്ചിട്ടുണ്ടെന്നും അമ്മ അച്ഛനെ അറിയിച്ചു. ("മകളേയും," എന്നു കേട്ട മാത്രയിൽ ഞാൻ പ്ലെയിറ്റിലേക്ക് മുഖം കുനിച്ചിരുന്നു). ഈ സ്ത്രീ ആരാണെന്ന് തനിക്കു ഇപ്പോൾ ഓർമ്മവന്നു എന്നായിരുന്നു അച്ഛന്റെ മറുപടി. സസേകിൻ പ്രഭുവിനെ ചെറുപ്പത്തിൽ അച്ഛനു പരിചയമുണ്ടായിരുന്നു. നല്ല തറവാടിത്തമുള്ള മനുഷ്യനായിരുന്നെങ്കിലും ആ പ്രഭു ഒരു ദുരഭിമാനിയും ബുദ്ധിശൂന്യനുമായിരുന്നത്രെ. പാരീസിൽ വളരെക്കാലം താമസിച്ചിരുന്നതുകൊണ്ട് പ്രഭുവിനെ എല്ലാവരും "പാരീസുകാരൻ"എന്നു വിളിച്ചുപോന്നു. വലിയ പണക്കാരനായിരുന്നെങ്കിലും അദ്ദേഹം അതെല്ലാം ചീട്ടുകളിച്ചു നശിപ്പിച്ചു. "ഒടുവിൽ എന്തോ കാരണവശാൽ, മിക്കവാറും പണത്തിനു വേണ്ടിയായിരുന്നിരിക്കണം, അദ്ദേഹം ഒരു ചെറുകിട ഉദ്യോഗസ്ഥന്റെ മകളെ കല്യാണം കഴിച്ചു." ഇത്രയും പറഞ്ഞിട്ട് അച്ഛൻ തന്റെ തണുത്തുറഞ്ഞ പുഞ്ചിരി അണിഞ്ഞുകൊണ്ട് കൂട്ടിച്ചേർത്തു, "അദ്ദേഹത്തിന് കുറെക്കൂടി നല്ല ഒരുത്തിയെ കിട്ടുമായിരുന്നു."

"അവർ എന്റെ കയ്യിൽനിന്ന് പണം കടം ചോദിക്കാതിരുന്നാൽ മതിയായിരുന്നു. "അമ്മ പറഞ്ഞു.

"അവർ അതിനു തുനിഞ്ഞില്ലെങ്കിലാണ് അത്ഭുതം," അച്ഛൻ ശാന്തമായി പറഞ്ഞു. "അവർ ഫ്രഞ്ച് സംസാരിക്കുമോ?

"തീരെ മോശം."

"അല്ലെങ്കിൽ അതിലെന്തിരിക്കുന്നു? നീ അവരുടെ മകളേയും

വിളിച്ചിട്ടുണ്ടെന്നല്ലേ പറഞ്ഞത്? വിദ്യാസമ്പന്നയായ നല്ലൊരു പെൺകുട്ടിയാണ് മകളെന്ന് ആരോ പറയുന്നതു കേട്ടു."

"അമ്മയെപ്പോലെ അല്ലെന്നർത്ഥം."

"പിതാവിനെപ്പോലെയുമല്ല." അച്ഛൻ പറഞ്ഞു. "അദ്ദേഹം വിദ്യാസമ്പന്നനായിരുന്നെങ്കിലും ഒരു വിഡ്ഢിയായിരുന്നു."

എന്റെ അമ്മ നെടുവീർപ്പിട്ടുകൊണ്ട് മനോരാജ്യത്തിൽ മുഴുകി ഇരുന്നു. അച്ഛൻ കൂടുതലൊന്നും പറഞ്ഞില്ല. ആ സംഭാഷണം നടക്കുന്ന സമയമത്രയും മുള്ളിന്റെ പുറത്തിരിക്കുന്നതു പോലെയാണ് ഞാൻ ഇരുന്നത്.

ഉച്ചഭക്ഷണം കഴിഞ്ഞ് ഞാൻ തോട്ടത്തിലേക്കിറങ്ങി. എന്നാൽ ഞാൻ തോക്കെടുത്തിരുന്നില്ല. സസേകിൻ കുടുംബത്തിന്റെ വക ഉദ്യാനത്തിനടുത്തെങ്ങും പോവുകയില്ലെന്ന് സ്വയം പ്രതിജ്ഞചെയ്തു. എന്നാൽ അപ്രതിരോധ്യമായ ഏതോ ഒരു ശക്തി എന്നെ അങ്ങോട്ട് വലിച്ചുകൊണ്ടു പോയി. അതു നിഷ്ഫലമായില്ലതാനും. വേലിക്കടുത്തെത്തിയപ്പോൾ സിനയീദയെ ഞാൻ കണ്ടു. ഇത്തവണ അവൾ ഒറ്റയ്ക്കായിരുന്നു. തുറന്ന പുസ്തകം കൈയിൽ പിടിച്ചുകൊണ്ട് അവൾ നടപ്പാതയിലൂടെ മെല്ലെ നടക്കുകയായിരുന്നു. അവൾ എന്നെ കണ്ടിരുന്നില്ല.

അവൾ എന്നെ കടന്നു പോയേനെ, എന്നാൽ തക്ക സമയത്ത് മെല്ലെ ഒന്നു ചുമയ്ക്കാൻ എനിക്കു തോന്നി.

നടപ്പു നിർത്താതെ അവൾ തിരിഞ്ഞുനോക്കി. വട്ടത്തിലുള്ള തൊപ്പിയുടെ വീതിയേറിയ നീല റിബൺ ഒരു വശത്തേക്കു മാറ്റി നേരിയ ഒരു പുഞ്ചിരിയോടെ എന്നെ ഒന്നു നോക്കിയിട്ട് അവൾ വീണ്ടും പുസ്തകത്തിലേക്കു ശ്രദ്ധ തിരിച്ചു.

ഞാൻ എന്റെ തൊപ്പി എടുത്തു മാറ്റിയിട്ട് അല്പനേരം അവിടെ ചുറ്റിപ്പറ്റിനിന്നു. ഭാരിച്ച ഹൃദയവുമായാണ് ഞാൻ അവിടെ വിട്ടത്. "ഞാൻ അവൾക്ക് ആരാണ്?" എന്നു ഞാൻ ഫ്രഞ്ചിൽ (അതെന്തുകൊണ്ടാണെന്ന് എനിക്കുതന്നെ അറിയില്ല) സ്വയം ചോദിച്ചു.

സുപരിചിതമായ പദവിന്യാസം പുറകിൽ കേട്ട് ഞാൻ തിരിഞ്ഞുനോക്കി. അച്ഛൻ സ്വതസ്സിദ്ധമായ ചുറുചുറുക്കോടെ എന്റെയടുത്തേക്ക് നടന്നു വരികയായിരുന്നു.

"പ്രഭ്വിയുടെ മകളാണോ അത്?"

"അതെ"

"നിനക്ക് അവളെ പരിചയമുണ്ടോ?"

"ഇന്നു രാവിലെ അവരുടെ വീട്ടിൽ ചെന്നപ്പോൾ കണ്ടു."

അച്ഛൻ നടപ്പു നിർത്തി, ഉപ്പൂറ്റി നിലത്ത് അമർത്തിക്കൊണ്ട് നിന്നനില്പിൽ തന്നെ തിരിഞ്ഞ്, വന്ന വഴി മടങ്ങിപ്പോയി. സിനയീദയുടെ ഒപ്പം

എത്തിയപ്പോൾ അദ്ദേഹം ഉപചാരപൂർവ്വം തലകുനിച്ചു. അവൾ അദ്ദേഹത്തേയും തലകുമ്പിട്ടു വണങ്ങി. അവളുടെ മുഖം വിസ്മയഭരിതമാകുന്നത് ഞാൻ കണ്ടു. അവൾ പുസ്തകം താഴ്ത്തിപ്പിടിച്ച് അച്ഛൻ നടന്നകലുന്നതു നോക്കിയിരുന്നു. എന്റെ അച്ഛൻ എപ്പോഴും വളരെ ഭംഗിയായി വേഷം ധരിച്ചാണ് നടക്കുക. ലളിതമായ വസ്ത്രങ്ങൾകൊണ്ട് ഭംഗിയായി അണിഞ്ഞൊരുങ്ങാൻ അദ്ദേഹത്തിന് ഒരു പ്രത്യേക കഴിവുണ്ടായിരുന്നു. എങ്കിലും അച്ഛന്റെ കടഞ്ഞെടുത്ത ദേഹവും ചുരുണ്ടമുടിക്കു മുകളിൽ വച്ചിരുന്ന ചേർച്ചയുള്ള തൊപ്പിയും അന്നത്തെപ്പോലെ ആകർഷകമായി മുമ്പൊരിക്കലും ഞാൻ കണ്ടിട്ടില്ല.

ഞാൻ സിനയീദയുടെ അടുത്തേക്ക് നടന്നു. എന്നാൽ അവൾ എന്നെ കണ്ടഭാവം വയ്ക്കാതെ പുസ്തകം ഉയർത്തിപ്പിടിച്ച്. മറ്റൊരിടത്തേക്കു നടന്നുപോവുകയാണ് ചെയതത്.

VI

അന്നു രാത്രിയും പിറ്റേന്നു രാവിലെയും വിഷാദമൂകനായി ഞാൻ കഴിച്ചുകൂട്ടി. പഠിത്തത്തിൽ മുഴുകാൻ ഒരു വിഫലശ്രമം ഞാൻ നടത്താതിരുന്നില്ല. "ജൂലിയസ് സീസർ യുദ്ധരംഗത്ത് അസാധാരണ മായ ധൈര്യം പ്രദർശിപ്പിച്ചിരുന്നു". എന്ന പുസ്തകം നിവർത്തി ഞാൻ പത്താവർത്തിയെങ്കിലും വായിച്ചു. എന്നിട്ടും ഒന്നും എന്റെ മനസ്സിൽ പതിഞ്ഞില്ല. ഒടുവിൽ ഞാൻ പുസ്തകം അടച്ചുവച്ചു. ഉച്ചഭക്ഷണത്തിനു മുമ്പ് പിന്നെയും തലയിൽ സുഗന്ധതൈലം പൂശുകയും കോട്ടും ടൈയും ധരിക്കുകയും ചെയ്തു.

"എന്തിനാണിത്?" അമ്മ ചോദിച്ചു. "നീ ഇനിയും കോളേജുകുമാരൻ ആയിട്ടില്ല. നീ പ്രവേശന പരീക്ഷയിൽ ജയിക്കുമോ എന്നുപോലും തീർച്ചയില്ല. പോരെങ്കിൽ നിന്റെ ജാക്കറ്റ് പുതിയതാണ്. അത് കളയാനാണോ നിന്റെ ഭാവം?

"പക്ഷേ ഇന്നു നമുക്ക് അതിഥികൾ ഉണ്ടല്ലോ," നിരാശനായി ഞാൻ മന്ത്രിച്ചു.

"അസംബന്ധം! അവരെ ആരു വകവയ്ക്കുന്നു!"

വഴങ്ങുകയല്ലാതെ മറ്റു മാർഗ്ഗമൊന്നുമുണ്ടായിരുന്നില്ല. ഞാൻ പോയി കോട്ടിനു പകരം ജാക്കറ്റ് ധരിച്ചു. എന്നാൽ ടൈ അഴിച്ചു മാറ്റിയില്ല. ഉച്ചഭക്ഷണത്തിന് അരമണിക്കൂർ മുമ്പ് പ്രഭ്വിയും മകളും എത്തി. പ്രഭ്വി ഞാൻ തലേന്ന് കണ്ട പച്ച നിറമുള്ള ഉടുപ്പുതന്നെയാണ് ധരിച്ചിരുന്നത്. അവർ അതിന്റെ മീതെ ഒരു മഞ്ഞഷാൾ പുതച്ചിരുന്നു. കൂടാതെ ചെന്തീനിറമുള്ള റിബണുകൾ ധരിച്ചിരുന്നു. വന്നപാടെ അവർ തന്റെ പ്രോമിസറി നോട്ടുകളുടെ കാര്യം എടുത്തിട്ടു. തന്റെ ദാരിദ്ര്യത്തെപ്പറ്റി ആവലാതി പറയുകയും നെടുവീർപ്പിടുകയും ചിണുങ്ങുകയും ചെയ്തുകൊണ്ടിരുന്നെങ്കിലും തെല്ലുപോലും സങ്കോചം അവർക്കുണ്ടായിരുന്നില്ല. സ്വന്തം വീട്ടിലെപ്പോലെ തന്നെ അവർ യാതൊരു കൂസലുമില്ലാത ശബ്ദത്തോടെ പൊടി വലിക്കുകയും കസേരയിലിരുന്ന് ഇളക്കുകയും ചെയ്തു. താൻ ഒരു പ്രഭ്വിയാണെന്ന ബോധം അവർക്ക് തീരെയില്ലെന്നു തോന്നി. എന്നാൽ സിനയീദ നേരെമറിച്ചായിരുന്നു. ഒരു പ്രഭ്വിയുടെ പദവിക്കൊത്ത അന്തസ്സും അല്പം ഒരു ഡംഭും എനിക്കവളുടെ പെരുമാറ്റത്തിൽ കാണാൻ കഴിഞ്ഞു. ശൈത്യം സ്ഫുരിക്കുന്ന ദാർഢ്യവും ഗാംഭീര്യവും അവളുടെ മുഖത്ത് പ്രകടമായിരുന്നു. തലേന്ന് ഞാൻ

കണ്ട പെൺകുട്ടിയെ തിരിച്ചറിയാൻ എനിക്ക് കഴിഞ്ഞില്ല—അവളുടെ പുഞ്ചിരിയും കടാക്ഷവും പോലും അത്രയേറെ മാറിയിരുന്നു. എന്നാൽ ഈ പുതിയ ഭാവത്തിലും അവൾ അതിസുന്ദരിയാണെന്നു എനിക്ക് തോന്നി. നീല പൂക്കളുള്ള നേർത്ത ഒരു പട്ടുകുപ്പായമാണ് അവൾ അണിഞ്ഞിരുന്നത്. മുടി നീണ്ട ചുരുളുകളായി മുഖത്തിന്റെ ഇരുവശത്തുകൂടിയും മുമ്പോട്ടിട്ടിരുന്നു. ഇംഗ്ലീഷുകാരുടെ ശൈലിയിലുള്ള ആ കേശാലങ്കാരം മുഖഭാവത്തിന് നന്നേ യോജിച്ചതാണെന്ന് എനിക്കു തോന്നി. ഭക്ഷണ സമയത്ത് എന്റെ അച്ഛനാണ് അവളുടെ തൊട്ടടുത്ത് ഇരുന്നിരുന്നത്. സംസ്കാരസമ്പന്നനായ ആദ്ദേഹം ഹൃദ്യവും ഉപചാരവൂർവ്വവുമായ പെരുമാറ്റംകൊണ്ട് അവളെ പ്രതീപ്പെടുത്തിക്കൊണ്ടിരുന്നു. ഇടയ്ക്കിടെ അച്ഛൻ അവളുടെ മുഖത്തേക്കു നോക്കുന്നത് ഞാൻ കണ്ടു. അവൾ അദ്ദേഹത്തേയും ഇടയ്ക്കിടെ നോക്കിയിരുന്നു. ആ നോട്ടത്തിൽ വിചിത്രമായ എന്തോ ഒന്ന്, 'വിദ്വേഷം പോലെ എന്തോ ഒന്ന്, ഒളിഞ്ഞു കിടക്കുന്നുണ്ടെന്ന് എനിക്കു തോന്നി. അവർ ഫ്രഞ്ചിലാണ് സംസാരിച്ചത്. സിനയീദയുടെ ഉച്ചാരണശുദ്ധി എന്നെ അത്ഭുതപ്പെടുത്തി. വലിയ പ്രഭ്വി ഭക്ഷണ സമയത്തും പരിപൂർണ്ണസ്വാതന്ത്ര്യത്തോടെ പെരുമാറി. യാതൊരു മടിയും കൂടാതെ അവർ ധാരാളം തിന്നുകയും എല്ലാറ്റിനും നല്ല സ്വാദുണ്ടെന്ന് പുകഴ്ത്തുകയും ചെയ്തു. എന്റെ അമ്മയ്ക്ക് അതൊന്നും തീരെ രസിക്കുന്നില്ലെന്ന് എനിക്കു മനസ്സിലായി. വിഷാദഗ്രസ്തയായി മുഖം വീർപ്പിച്ചുകൊണ്ട് അലക്ഷ്യഭാവത്തിലാണ് അമ്മ പ്രഭ്വിയുടെ ചോദ്യങ്ങൾക്കു മറുപടി പറഞ്ഞത്; അച്ഛൻ ഒന്നു രണ്ടു തവണ ആരും കാണാതെ നെറ്റി ചുളിക്കുന്നത് ഞാൻ കണ്ടു. എന്റെ അമ്മയ്ക്കു സിനയീദയെയും ഇഷ്ടപ്പെട്ടില്ല.

പിറ്റേന്ന് അമ്മ അച്ഛനോട് അവളെപ്പറ്റി പറയുന്നതു ഞാൻ കേട്ടു. "എന്തൊരു തണ്ട്! എന്തു കണ്ടിട്ടാണ് അവൾക്ക് ഇത്ര അഹംഭാവം? കണ്ടാൽ വെറും കൂലിക്കാരുടെ നൃത്തക്കാരിയാണെന്നേ തോന്നൂ."

"കൂലിക്കാരുടെ നൃത്തക്കാരിയെ ജീവിതത്തിൽ ഒരിക്കലും കണ്ടിട്ടില്ലെന്നർത്ഥം."

"അതു ഭാഗ്യമായി!"

"അതെ... ഭാഗ്യമാണ്. പക്ഷേ അവരെ കണ്ടിട്ടില്ലാത്ത സ്ഥിതിക്ക് അവരെപ്പറ്റി തീർപ്പുകല്പിക്കുന്നതു ശരിയല്ല."

ഭക്ഷണ സമയത്തോ അതിനു മുമ്പോ സിനയീദ എന്നെ ഒട്ടും ശ്രദ്ധിച്ചില്ല. ഭക്ഷണം കഴിഞ്ഞയുടൻ പ്രഭ്വി യാത്ര പറഞ്ഞിട്ടും ശ്രദ്ധിച്ചില്ല. ഭക്ഷണം കഴിഞ്ഞയുടൻ പ്രഭ്വി യാത്ര പറഞ്ഞു.

"മാര്യ നിക്കൊലായെവ്ന, പ്യോത്തർ വിസീല്യേവിച്ച്, എനിക്ക് നിങ്ങളുടെ സംരക്ഷണം കിട്ടുമെന്ന് കരുതുന്നു, അവർ അമ്മയോടും അച്ഛനോടുമായി പറഞ്ഞു. "കാര്യം ഇതാണ്! ഞാൻ നല്ല നിലയിൽ കഴിഞ്ഞവളാണ്. പക്ഷേ ഇപ്പോൾ ഇങ്ങനെയായി. പ്രഭ്വി തിരുമനസ്സാണെന്ന്

പറഞ്ഞു നടക്കാം!" അസുഖകരമായ ഒരു ചിരിയോടെ അവർ കൂട്ടിച്ചേർത്തു. പക്ഷേ സത്യം പറഞ്ഞാൽ പണമില്ലാതെ പദവികൊണ്ട് കാര്യമില്ല."

അച്ഛൻ ഉപചാരപൂർവ്വം തലകുനിച്ച് വണങ്ങിയിട്ട് അവരെ വാതില്ക്കലേക്ക് ആനയിച്ചു. ഇറക്കം കുറഞ്ഞ ജാക്കറ്റും ധരിച്ച്, തറയിൽ നോക്കി മരണശിക്ഷയ്ക്ക് വിധിക്കപ്പെട്ടവനെപ്പോലെ ഞാൻ നിന്നു. സിനയീദയുടെ പെരുമാറ്റം എന്നെ ഉന്മൂലനം ചെയ്തുകഴിഞ്ഞിരുന്നു. അതുകൊണ്ട്, എന്നെ കടന്നുപോയപ്പോൾ കണ്ണുകളിൽ പഴയ ആർജ്ജവഭാവത്തോടെ, "ഇന്ന് വൈകിട്ട് എട്ടുമണിക്ക് വീട്ടിൽ വരണം മറക്കരുത്..." എന്നവൾ പറഞ്ഞപ്പോൾ എനിക്കുണ്ടായ വിസ്മയം നിങ്ങൾക്ക് ഊഹിക്കാമല്ലോ. അത്ഭുതത്തോടെ കൈകൾ മലർത്താനേ എനിക്കു കഴിഞ്ഞുള്ളൂ. അപ്പോഴേക്കും തലയിൽ ഒരു വെളുത്ത ടൂവാലയുംകെട്ടി അവൾ കടന്നു പോയ്ക്കഴിഞ്ഞു.

VII

മുടി ചീകി പൊക്കിവച്ച് കോട്ടും ധരിച്ച് ഞാൻ കൃത്യം എട്ടുമണിക്ക് പ്രഭ്വിയുടെ വീടിന്റെ ഇടനാഴിയിൽ പ്രവേശിച്ചു. വയസ്സായ ഭൃത്യൻ മുഖം കനപ്പിച്ച് എന്റെ നേരെ ഒന്നു നോക്കിയിട്ട് താനിരുന്നിരുന്ന ബഞ്ചിൽ നിന്ന് മനസ്സില്ലാമനസ്സോടെ എണീറ്റു. സ്വീകരണമുറിയിൽ നിന്ന് ആഹ്ലാദഭരിതമായ ശബ്ദങ്ങൾ പുറത്തേക്ക് പ്രവഹിച്ചുകൊണ്ടിരുന്നു. അകത്തു കടക്കാനായി വാതിൽ തുറന്ന ഞാൻ അത്ഭുതഭരിതനായി പകച്ചുനിന്നുപോയി. ഏതോ ഒരു മാന്യന്റെ തൊപ്പി കൈകളിൽ നീട്ടിപ്പിടിച്ചുകൊണ്ട് സിനയീദ മുറിയുടെ ഒത്ത നടുവിൽ കിടന്ന ഒരു കസേരയുടെ മുകളിൽ കയറി നിന്നിരുന്നു. ആ കസേരയ്ക്കു ചുറ്റും അഞ്ചു പുരുഷന്മാർ വട്ടമിട്ടു നില്പുണ്ട്. തൊപ്പിയുടെ ഉള്ളിൽ കയ്യിടാനാണ് അവരിലോരോരുത്തരുടേയും ശ്രമം. അവൾ തൊപ്പി അവർക്കെത്താത്തവിധം പൊക്കിപ്പിടിച്ച് കുലുക്കിക്കൊണ്ടിരുന്നു. എന്നെ കണ്ടയുടൻ സിനയീദ വിളിച്ചു പറഞ്ഞു:

“ഒരു നിമിഷം! ഇതാ ഒരു പുതിയ അതിഥി എത്തിയിരിക്കുന്നു. അയാൾക്കും ഒരു ടിക്കറ്റു കൊടുക്കണം” കസേരയുടെ മുകളിൽ നിന്ന് അനായാസേന ചാടിയിറങ്ങിയിട്ട് അവൾ എന്റെ കോട്ടിന്റെ കയ്യിൽ പിടിച്ചു വലിച്ചു. “വരൂ, വാതില്ക്കൽ തന്നെ നില്ക്കാതെ കയറി വരൂ! മാന്യരെ, ഞാൻ നിങ്ങളെ പരസ്പരം പരിചയപ്പെടുത്താം. ഇത് മെസ്യേ വോൽദെമാർ ആണ്. ഞങ്ങളുടെ അയല്ക്കാരന്റെ മകൻ.” അനന്തരം അഥിഥികളിൽ ഒരോരുത്തരെ ചൂണ്ടിക്കാണിച്ചുകൊണ്ട് അവൾ തുടർന്നു: “കൗണ്ട് മലേവ്സ്കി, ഡോക്ടർ ലൂഷിൻ, കവിയായ മയ്ദാനെരവ്, പെൻഷൻപറ്റിയ ക്യാപ്റ്റൻ നിർമാത്സ്കി. ഹുസാറായ ഇദ്ദേഹത്തിന്റെ പേർ ബെലൊവ് സൊറോവ് എന്നാണ്. അദ്ദേഹത്തെ നേരത്തെ നിങ്ങൾ കണ്ടിട്ടുണ്ട്. നിങ്ങളെല്ലാവരും സുഹൃത്തുക്കളായിത്തീരുമെന്നു ഞാൻ പ്രതീക്ഷിക്കുന്നു.”

പരിഭ്രമംകൊണ്ട് തലകുനിച്ചു വണങ്ങാൻപോലും ഞാൻ മറന്നുപോയി. തോട്ടത്തിൽവച്ച് എന്നെ നിർദ്ദയം കളിയാക്കിയ കറുത്ത മുടിക്കാരനായ മാന്യനാണ് ഡോക്ടർ ലൂഷിൻ എന്ന് ഞാൻ തിരിച്ചറിഞ്ഞു. മറ്റുള്ളവരെ ഞാൻ ആദ്യമായാണ് കാണുന്നത്.

“കൗണ്ട്! മെസ്യേ വൊൽദെമാറിന് ഒരു ടിക്കറ്റെഴുതു” സിനയീദ പറഞ്ഞു.

"അതു ശരിയല്ല," പോളിഷ് ഭാഷയുടെ ചുവയുള്ള റഷ്യനിൽ കൗണ്ട് പ്രതിഷേധിച്ചു. കറുത്ത മുടിയും വാചാലമായ തവിട്ടു കണ്ണുകളുമുള്ള സുഭഗനും പച്ചപ്പരിഷ്കാരിയുമായ ഒരു മനുഷ്യനായിരുന്നു അയാൾ. തീരെ ചെറിയ വായും ഭംഗിയുള്ള ചെറിയ മേൽമീശയും നേർത്തുവിളറിയ നാസികയും കൂടി വരച്ചുചേർത്താൽ അയാളുടെ ചിത്രം പൂർണ്ണമാകും.

"ഇയാൾ നമ്മോടൊപ്പം 'പിഴയടയ്ക്കൽ' കളിയിൽ പങ്കെടുത്തിട്ടില്ല."

"ഇതു ശരിയല്ല, ഇതു പറ്റില്ല," ബെലൊവ്സോറൊവും പെൻഷൻപറ്റിയ ക്യാപ്റ്റനും ഏറ്റുപറഞ്ഞു. വസൂരിക്കലകൊണ്ടു വികൃതമായ മുഖവും, നീഗ്രോയുടേതുപോലെ ചുരുണ്ടമുടിയും വളഞ്ഞകാലുകളും, ഉരുണ്ടതോളുകളുമുള്ള ക്യാപ്റ്റന് ഏകദേശം നാല്പതു വയസ്സുപ്രായം തോന്നിച്ചു. അയാൾ ബഹുമതിചിഹ്നമില്ലാത്ത, തുറന്നിട്ട, ഒരു പട്ടാളക്കോട്ട് ധരിച്ചിരുന്നു.

"ഒരു ടിക്കറ്റെഴുതാനാണ് പറഞ്ഞത്." പ്രഭുകുമാരി ആവർത്തിച്ചു. "കലഹത്തിന് ഒരുങ്ങേണ്ട. മെസ്യേ വൊൽദേമാർ ആദ്യമായി വരികയാണ്. അതുകൊണ്ട് നിയമത്തിൽ അല്പം അയവു വരുത്താം. ദയവുചെയ്ത് പരാതിപ്പെടാതെ ടിക്കറ്റെഴുതു!"

കൗണ്ട് പ്രതിഷേധിക്കുംപോലെ ചുമൽ ചലിപ്പിച്ചു. എങ്കിലും അയാൾ സമ്മതഭാവത്തിൽ തലയാട്ടിയിട്ട് മോതിരമണിഞ്ഞ വിരലുകൾകൊണ്ട് ഒരു പേനയെടുത്ത് എഴുതിത്തുടങ്ങി.

"കളിയുടെ നിയമങ്ങൾ മെസ്യേ വൊൽദെമാറിന് വിശദീകരിച്ചുകൊടുക്കാനെങ്കിലും അനുവാദമുണ്ടോ?" പരിഹാസം കലർന്ന ശബ്ദത്തിൽ ലൂഷിൻ ചോദിച്ചു. "അയാൾ ആകെ കുഴങ്ങിയിരിക്കയാണ്. ചെറുപ്പക്കാരാ, ഇതു കേൾക്കു, ഞങ്ങൾ 'പിഴയടയ്ക്കൽ' എന്ന കളി കളിക്കുകയാണ്. പ്രഭുകുമാരി പിഴയടക്കേണ്ട ഊഴം വന്നിരിക്കുന്നു. ഭാഗ്യമുള്ള ടിക്കറ്റ് ആർക്കു കിട്ടുന്നോ അവർക്കു പ്രഭുകുമാരിയുടെ കൈ ചുംബിക്കാം—അതാണ് പിഴ. മനസ്സിലായോ?"

ഞാൻ അയാളെ തുറിച്ചുനോക്കികൊണ്ട് ഒരു ശിലപോലെ നിന്നതേയുള്ളൂ. സിനയീദ വീണ്ടും കസേരയുടെ മുകളിലേക്കു ചാടിക്കയറി. അവൾ തൊപ്പികുലുക്കിക്കൊണ്ടു നിന്നു. എല്ലാവരും അതെത്തിപ്പിടിക്കാൻ ശ്രമിച്ചുതുടങ്ങി—ഞാനും കൂട്ടത്തിൽ കൂടി.

"മയ്ദാനൊവ്" പ്രഭുകുമാരി വിളിച്ചു. നീളമുള്ള കറുത്ത മുടിയും മെല്ലിച്ച മുഖവും ഹ്രസ്വദൃഷ്ടി ബാധിച്ച കണ്ണുകളുമുള്ള ദീർഘകായനായ ഒരു യുവാവായിരുന്നു മയ്ദാനൊവ്. പ്രഭുകുമാരി അയാളോടു പറഞ്ഞു. "ഒരു കവിയായ നിങ്ങൾ നിങ്ങളുടെ ടിക്കറ്റുകൂടി മെസ്യേ വൊൽദെമാറിന് കൊടുക്കാൻ സന്മനസ്സു കാണിക്കണം. അപ്പോൾ അയാൾക്ക് രണ്ടു ടിക്കറ്റാകും—അതായത് ജയിക്കാൻ രണ്ടവസരം കിട്ടും"

എന്നാൽ മയ്ദാനൊവ് നീണ്ട മുടി മുഖത്തുനിന്ന് കടഞ്ഞുമാറ്റിക്കൊണ്ട് നിഷേധാർത്ഥത്തിൽ തലകുലുക്കിയതേയുള്ളൂ. ഞാനാണ് ഏറ്റവും

ഒടുവിൽ തൊപ്പിക്കകത്തു കയ്യിട്ടത്. ഞാൻ ടിക്കറ്റ് വലിച്ചെടുത്ത് ചുളി നിവർത്തി വായിച്ചു: "ചുംബിക്കുക!" അതു കണ്ടപ്പോൾ എന്റെ അവസ്ഥ എന്തായിരുന്നെന്ന് ഒന്നാലോചിച്ചുനോക്കൂ!

"ചുംബിക്കുക!" ഞാൻ അറിയാതെ വിളിച്ചു പറഞ്ഞു.

"ഭേഷ്! അയാൾ ജയിച്ചിരിക്കുന്നു!" പ്രഭുകുമാരി തൽക്ഷണം വിളിച്ചു പറഞ്ഞു. "എനിക്കു സന്തോഷമായി!" കസേരയിൽ നിന്ന് താഴെയിറങ്ങി പ്രഭുകുമാരി എന്റെ മുമ്പിൽ വന്നുനിന്നു. പ്രശാന്തവും അതിമധുരവുമായ ഒരു മന്ദഹാസത്തോടെ അവൾ എന്റെ കണ്ണുകളിലേക്ക് ഉറ്റുനോക്കിയപ്പോൾ എന്റെ ഹൃദയം ഊഞ്ഞാലാടുന്നതുപോലെ എനിക്കു തോന്നി. സന്തോഷമായോ?"

"എനിക്കോ?" എന്നു ചോദിക്കാൻമാത്രമേ എനിക്കുകഴിഞ്ഞുള്ളൂ.

"എനിക്ക് ആ ടിക്കറ്റ് വിലയ്ക്കു തരാമോ?" ബെലൊവ്സൊറൊവ് എന്റെ ചെവിയിൽ മന്ത്രിച്ചു. "ഞാൻ നൂറു റൂബിൾ തരാം."

ദഹിപ്പിക്കുംവണ്ണം ഞാൻ അയാളെ ഒന്നുനോക്കി. അതു കണ്ടു സിനയീദ കയ്യടിച്ചു. "മിടുക്കൻ" എന്നു ലൂഷിൻ വിളിച്ചു പറഞ്ഞു.

"എന്നാൽ കളിയുടെ നടത്തിപ്പുകാരൻ എന്ന നിലയ്ക്ക് ചട്ടങ്ങൾ കർശനമായി പാലിക്കാൻ ഞാൻ നിർബന്ധിതനാണ്," ലൂഷിൻ തുടർന്നു. "മെസ്യേ വൊൽദൈമാർ, ഒരു മുട്ടുകുത്തി നിൽക്കൂ! അങ്ങനെയാണ് ഞങ്ങളുടെ ആചാരം."

എന്നെ ശരിക്കു കാണാനെന്നവണ്ണം തല അല്പം ചെരിച്ചുപിടിച്ച്, എന്റെ തൊട്ടു മുമ്പിൽ വന്നു നിന്നുകൊണ്ട് സിനയീദ ഗൗരവപൂർവ്വം കൈ നീട്ടി. എന്റെ കണ്ണുകളിൽ ഒരു മൂടൽ വ്യാപിച്ചു. ഒരു മുട്ടു കുത്തി നില്ക്കാനാണ് ഞാൻ ഉദ്ദേശിച്ചതെങ്കിലും രണ്ടു മുട്ടുകളും കുത്തി ഞാൻ അവളുടെ മുമ്പിൽ വീണ് അവളുടെ കൈവിരലുകൾ എന്റെ ചുണ്ടുകൾ കൊണ്ട് സ്പർശിച്ചു. അവളുടെ നഖം കൊണ്ട് എന്റെ മൂക്കിന്റെ അറ്റത്ത് ഒരു ചെറിയ പോറലുണ്ടായി—അത്രയ്ക്ക് അകുശലമായിട്ടാണ് ഞാൻ അതു ചെയ്തത്.

"അതു മതി," എന്നു പറഞ്ഞുകൊണ്ട് ലൂഷിൻ എന്നെ പിടിച്ചെണീപ്പിച്ചു.

"പിഴയടയ്ക്കൽ" കളി തുടർന്നു: സിനയീദ എന്നെ അവളുടെ അടുത്തിരുത്തി. പിഴയായി എന്തെല്ലാമാണ് അവൾ കണ്ടുപിടിച്ചത്! അവയിലൊന്ന് അവൾക്കുതന്നെ കിട്ടുകയും ചെയ്തു: ഒരു "സ്മാരകത്തെ" പ്രതിനിധീകരിക്കാൻ അവളോട് ആവശ്യപ്പെട്ടു. തടിയനായ നിർമാത്സ്കിയെയാണ് അവൾ തന്റെ പീഠമായി തിരഞ്ഞെടുത്തത്. തല കുനിച്ചു പിടിച്ചുകൊണ്ട് തറയിൽ കമഴ്ന്നു കിടക്കാൻ അവൾ അയാളോടാവശ്യപ്പെട്ടു. എത്രയാണ് ഞങ്ങൾ ചിരിച്ചത്! അവിടത്തെ ശബ്ദകോലാഹലങ്ങളും അനിയന്ത്രികവും അതിർകവിഞ്ഞതുമായ ആഹ്ലാദത്തിമിർപ്പും അപരിചിതരുമായുള്ള അവിശ്വസനീയമായ ആ ഇടപഴകലും എല്ലാം,

ഉന്നതസമുദായത്തിൽപ്പെട്ട ഒരു കുലീന കുടുംബത്തിലെ സൗമ്യവും ഏകാന്തവുമായ ഗൃഹാന്തരീക്ഷത്തിൽ വളർന്നുവന്ന എന്റെ തലതിരിച്ചതിൽ അത്ഭുതപ്പെടാൻ എന്തിരിക്കുന്നു? വീഞ്ഞു കുടിച്ചതുപോലുള്ള ലഹരി എനിക്കനുഭവപ്പെട്ടു. ഞാൻ മറ്റുള്ളവരേക്കാളെല്ലാം ഉറക്കെ സംസാരിക്കുകയും ചിരിക്കുകയും ചെയ്തുതുടങ്ങി. അടുത്ത മുറിയിൽ ഏതോ ചില ഉദ്യോഗസ്ഥന്മാരുമായി കേസുസംബന്ധിച്ച ചർച്ചയിലേർപ്പെട്ടിരുന്ന പ്രഭ്വി അതു കേട്ട് വാതില്ക്കൽ വന്ന് അകത്തേക്ക് എത്തിനോക്കുകപോലും ചെയ്തു. എന്നാൽ അതുകൊണ്ടൊന്നും ഞാൻ കുലുങ്ങിയില്ല—ഞാൻ അത്രയേറെ സന്തുഷ്ടനായിരുന്നു. ചിലരുടെ കുത്തുവാക്കുകളോ വേറെ ചിലരുടെ അർത്ഥംവച്ച നോട്ടങ്ങളോ എന്നെ സ്പർശിച്ചുമില്ല. സിനയീദ എന്നെ പ്രത്യേകം ശ്രദ്ധിച്ചിരുന്നു. എപ്പോഴും അവൾ എന്നെ അടുത്തു തന്നെ നിർത്തി. ഒരു തവണ ഞാൻ അടയ്ക്കേണ്ടി വന്ന പിഴ ഇതാണ്; സിനയീദയുടെ അടുത്തിരുന്ന ഒരു പട്ടു തൂവാലകൊണ്ട്എന്റേയും അവളുടേയും തല മൂടികൊണ്ട് എന്റെ ഉള്ളിലെ "രഹസ്യം" അവളോടു പറയണം, സുഗന്ധപൂരിതവും സുതാര്യവുമായ ഒരു പട്ടുവലകൊണ്ടു പെട്ടെന്ന് ഞങ്ങളുടെ ഇരുവരുടേയും തല മൂടിയപ്പോൾ എനിക്കുണ്ടായ അനുഭൂതി എന്തായിരുന്നുവെന്ന് ഇപ്പോഴും ഞാൻ ഓർക്കുന്നു. ആ സുതാര്യമായ വലയ്ക്കുള്ളിൽ അവളുടെ കണ്ണുകൾ എന്റെ തൊട്ടടുത്തായി പ്രകാശം പരത്തിക്കൊണ്ടിരുന്നു, അവളുടെ നിശ്വാസത്തിന്റെ ചൂട് എനിക്കനുഭവപ്പെട്ടു. അവളുടെ പല്ലുകൾ തിളങ്ങി. അവളുടെ മുടിയുടെ അറ്റം എന്നെ ഇക്കിളിപ്പെടുത്തി. ഞാൻ നിശ്ശബ്ദനായിരുന്നതേയുള്ളൂ. അർത്ഥം പിടികിട്ടാത്ത ഒരു കള്ളപ്പുഞ്ചിരിയോടെ ഒടുവിൽ അവൾ മന്ത്രിച്ചു: "എന്താ?" നാണംകൊണ്ട് ചൂളിപ്പോയ ഞാൻ ചിരിച്ചുകൊണ്ട് തല തിരിച്ചുകളഞ്ഞു. എനിക്കു ശ്വാസംമുട്ടി. ഒടുവിൽ "പിഴയടയ്ക്കൽ" കളി എല്ലാവർക്കും മടുത്തു. ഞങ്ങൾ ഒരു ചരടുപയോഗിച്ചുള്ള ഒരുതരം കളി ആരംഭിച്ചു. ഞാൻ അന്യമനസ്കനായിരുന്ന ഒരു നിമിഷത്തിൽ അവൾ ശക്തിയായി എന്റെ കയ്യിന്മേൽ ഒന്നടിച്ചു. ദൈവമേ, അപ്പോൾ എനിക്കനുഭവപ്പെട്ട പരമാനന്ദം എങ്ങനെ വർണ്ണിക്കും! അതിനു ശേഷം ഞാൻ മനപ്പൂർവ്വം അശ്രദ്ധ നടിച്ചു. എന്നാൽ പിന്നീട് അവൾ എന്റെ കയ്യിൽ തൊട്ടില്ല.

ആ സായാഹ്നത്തിൽ ഞങ്ങൾ എന്തെല്ലാം കുസൃതികളാണ് കാട്ടിയത്. എന്തെല്ലാം കളികളാണു കളിച്ചത്! ഞങ്ങൾ പിയാനൊ വായിച്ചു, പാട്ടു പാടി, നൃത്തം ചെയ്തു. തമ്പടിച്ചു താമസിക്കുന്ന ഒരു കൂട്ടം ജിപ്സികളാണെന്നു നടിച്ചു. നിർമാത്സ്കിയെ ഒരു കരടിയുടെ വേഷം കെട്ടിച്ച് അയാളെക്കൊണ്ട് ഉപ്പുവെള്ളം കുടിപ്പിച്ചു. കൗണ്ട് മലേവ്സ്കി ചീട്ടുകൊണ്ടുള്ള എല്ലാത്തരം കൗശലങ്ങളും കാട്ടിത്തന്നു. ഒടുവിൽ എല്ലാം തുറുപ്പുകളും സ്വന്തം കയ്യിൽത്തന്നെവച്ചുകൊണ്ട് അയാൾ ചീട്ടു നിരത്തി കാണിച്ചു. അതുകണ്ട് ലൂഷിൽ അയാളെ അനുമോദിച്ചു. മയ്ദാനൊവ് "കൊലപാതകി" എന്ന തന്റെ കവിതയുടെ ഏതാനും ഭാഗങ്ങൾ

ചൊല്ലിക്കേൾപ്പിച്ചു (റൊമാന്റിക് പ്രസ്ഥാനം അതിന്റെ ഉച്ചകോടിയിൽ എത്തിയിരുന്ന കാലമായിരുന്നു അത്.) കറുത്ത പുറം ചട്ടയിൽ പുസ്തകത്തിന്റെ പേര് ചുവന്ന വലിയ അക്ഷരത്തിൽ അച്ചടിപ്പിച്ച് പ്രസിദ്ധീകരിക്കണമെന്നായിരുന്നു മയ്ദാനോവിന്റെ ആഗ്രഹം. പ്രഭ്വിയെ കാണാൻ വന്ന ഉദ്യോഗസ്ഥന്റെ തൊപ്പി ഞങ്ങൾ തട്ടിയെടുത്തു. അയാളെക്കൊണ്ട് ഒരു നാടോടിനൃത്തം ചെയ്യിച്ചതിനുശേഷമാണ് ഞങ്ങൾ അതു മടക്കിക്കൊടുത്തത്. വൃദ്ധപരിചാരകനായ വൊനഫാത്തിയെ ഞങ്ങൾ ഒരു സ്ത്രീയുടെ തൊപ്പി അണിയിച്ചു. സിനയീദ ഒരു പുരുഷന്റെ തൊപ്പി ധരിച്ചു നടന്നു... അന്നു ഞങ്ങൾ കാട്ടിക്കൂട്ടിയ വിക്രിയകൾ എല്ലാം വിവരിക്കാൻ അസാദ്ധ്യമാണ്. ബൊലൊവ്സോറോവ് മാത്രം മുഖം വീർപ്പിക്കുകയും നെറ്റി ചുളിക്കുകയും ചെയ്തുകൊണ്ട് ഒരു മൂലയിൽ ചെന്നിരിക്കയായിരുന്നു.. ഇടയ്ക്കിടെ അയാളുടെ കണ്ണു ചുവക്കുകയും മുഖം രോഷംകൊണ്ടു തുടുക്കുകയും ചെയ്യുന്നതു ഞാൻ കണ്ടു. ഏതു നിമിഷവും ഞങ്ങളുടെ മേൽ ചാടിവീണ് ഞങ്ങളെ ഛിന്നഭിന്നമാക്കി അയാൾ വലിച്ചെറിയുമെന്ന് ആ മുഖഭാവം കണ്ടാൽ തോന്നുമായിരുന്നു. എന്നാൽ പ്രഭുകുമാരി അയാളെ നോക്കി വിരൽ കുലുക്കിയാലുടൻ അയാൾ തന്റെ മൂലയിൽ ഒതുങ്ങിയിരിക്കും.

ഒടുവിൽ എല്ലാവരും തളർന്നു. ആരെത്ര ഒച്ചവെച്ചാലും തന്നെ ശല്യപ്പെടുത്താനാവില്ലെന്ന് സ്വയം വീമ്പു പറഞ്ഞിരുന്ന പ്രഭ്വിപോലും ക്ഷീണിച്ചു. അല്പം വിശ്രമിച്ചാൽ കൊള്ളാമെന്ന് അവൾ ആഗ്രഹിച്ചു. പതിനൊന്നുമണി കഴിഞ്ഞപ്പോൾ അത്താഴം വിളമ്പി. എല്ലാം മോശപ്പെട്ട വിഭവങ്ങളായിരുന്നു. എന്നാൽ ഞാൻ സാധാരണ കഴിക്കാറുള്ള വിശിഷ്ടഭോജ്യങ്ങളെക്കാളെല്ലാം സ്വാദുള്ളവയാണ് അവയെന്ന് എനിക്കു തോന്നി. അവിടെ ആകെ ഒരു കുപ്പി വീഞ്ഞേ ഉണ്ടായിരുന്നുള്ളൂ. അതിന്റെ നിറം കണ്ടപ്പോൾ എന്തോ ഒരു പന്തികേടുണ്ടെന്ന് തോന്നി—സാധാരണയിൽ കവിഞ്ഞ കറുപ്പുനിറമായിരുന്നു അതിന്. അതിന് ചുവന്ന പെയ്ന്റിന്റെ സ്വാദുണ്ടായിരുന്നു. ഏതായാലും ആരും അതു കുടിച്ചില്ല. സന്തോഷാധിക്യം കൊണ്ടു തളർന്നു പരവശനായയാണ് ഞാൻ അവിടുന്ന് ഇറങ്ങിയത്. യാത്ര പറയാൻ നേരത്ത് സിനയീദ എന്റെ കൈ ശക്തിയായി പിടിച്ചമർത്തി. അപ്പോഴും അർത്ഥം പിടികിട്ടാത്ത ആ പുഞ്ചിരി അവളുടെ ചുണ്ടുകളിൽ വിടരുന്നതു ഞാൻ കണ്ടു.

എന്റെ ചുട്ടുപൊള്ളുന്ന മുഖത്ത് നിശയുടെ ഈർപ്പമുള്ള കനത്ത നിശ്വാസം തട്ടി. ഇടിമുഴങ്ങിക്കൊണ്ടിരുന്നു. കാർമേഘങ്ങൾ ആകാശത്ത് ഉരുണ്ടുകൂടി. അവയുടെ ആകൃതി നിരന്തരം മാറിക്കൊണ്ടിരുന്നു. ഇരുണ്ട മരത്തലപ്പുകൾക്കിടയിൽ കാറ്റ് കലിതുള്ളിക്കൊണ്ടിരുന്നു. അങ്ങകലെ, ആകാശത്തിന്റെ മറുവശത്ത് ഇടി അരിശംമൂത്ത് ചിലമ്പിച്ച ശബ്ദത്തിൽ എന്തോ പിറുപിറുത്തുകൊണ്ടിരുന്നു.

പിൻവശത്തെ വാതിലിലൂടെയാണ് ഞാൻ എന്റെ മുറിയിലേക്കു പോയത്. പരിചാരകൻ നിലത്തുകിടന്ന് ഉറങ്ങുന്നുണ്ടായിരുന്നു. ഞാൻ

അയാളെ മറികടന്നുപോയപ്പോൾ അയാൾ ഉണർന്നു. അമ്മ വീണ്ടും എന്നോടു കോപിച്ചിരിക്കയാണെന്നും എന്നേ കൂട്ടിക്കൊണ്ടുവരാൻ അവർ ആളയയ്ക്കാതിരിക്കുന്നത് അച്ഛൻ വിലക്കിയതുകൊണ്ടു മാത്രമാണെന്നും അയാൾ എന്നെ അറിയിച്ചു. (അതിനു മുമ്പൊരിക്കലും അമ്മയെ ചെന്ന് വണങ്ങി അവരുടെ ആശീർവാദം സ്വീകരിക്കാതെ ഞാൻ ഉറങ്ങാൻ കിടന്നിട്ടില്ല.) പക്ഷേ, എന്തുചെയ്യാം. അതങ്ങനെയാവാതെ തരമില്ല.

തന്നത്താൻ വസ്ത്രങ്ങൾ മാറ്റി കിടന്നുകൊള്ളാം എന്ന് പരിചാരകനോടു പറഞ്ഞിട്ട് ഞാൻ മെഴുകുതിരി അണച്ചു... എന്നാൽ ഞാൻ വസ്ത്രങ്ങൾ അഴിച്ചുമാറ്റുകയോ കിടക്കുകയോ ചെയ്തില്ല.

ഞാൻ ഒരു കസേരയിൽ ചെന്നിരുന്നു. ഏതോ ഒരു മന്ത്രശക്തിക്ക് അടിപെട്ടവനെപ്പോലെ എത്രനേരം അങ്ങനെ ഇരുന്നെന്ന് എനിക്കു തന്നെ അറിഞ്ഞുകൂടാ... തികച്ചും പുതിയതും മാധുര്യമേറിയതുമായ ഒരു വികാരം എനിക്കനുഭവപ്പെട്ടു. ഞാൻ ചിലപ്പോൾ പ്രതിമപോലെ അനങ്ങാതിരുന്നു. ഇടയ്ക്കിടെ ചുറ്റിനും നോക്കി നെടുതായി നിശ്വസിച്ചുകൊണ്ട് എന്തോ ഓർത്ത് ശബ്ദമില്ലാതെ പൊട്ടിച്ചിരിച്ചു. അതെ, ഇത് പ്രേമമാണ്. ഇങ്ങനെയാണ് പ്രേമം, എന്ന് ഒരു ഉൾക്കിടലത്തോടെ ഞാൻ സ്വയം പറഞ്ഞു. സിനയീദയുടെ മുഖം എന്റെ കൺമുമ്പിലൂടെ മെല്ലെ ഒഴുകി നടന്നു. അതൊരു നിമിഷംപോലും എന്റെ കൺവെട്ടത്തുനിന്ന് മറഞ്ഞിരുന്നില്ല. നിഗൂഢമായ ആ പുഞ്ചിരിയോടെ ചോദ്യഭാവത്തിൽ, ചിന്താഭരിതമായി, സ്നേഹപൂർവ്വം അവൾ എന്നെ ഒളിക്കണ്ണിട്ടു നോക്കിക്കൊണ്ടിരുന്നു.. എന്നെ യാത്രയാക്കിയപ്പോൾ ആ മുഖം അങ്ങനെയായിരുന്നു. ഒടുവിൽ ഞാൻ എണീറ്റു. ദ്രുതഗതയിലുള്ള ഏതു ചലനവും എന്റെ ഉള്ളിൽ നിറഞ്ഞു കവിഞ്ഞിരുന്ന എന്തോ ഒന്നിനെ ശിഥിലമാക്കുമെന്ന് ഭയന്നിട്ടെന്നവണ്ണം, ശബ്ദം കേൾപ്പിക്കാതെ മെല്ലെ നടന്ന് കട്ടിലിനരികിലെത്തി, വസ്ത്രങ്ങൾ മാറ്റാതെ തല സാവധാനം തലയിണയിൽവച്ചു ഞാൻ കിടന്നു.

കിടന്നെങ്കിലും ഞാൻ കണ്ണടച്ചില്ല. മങ്ങിയ പ്രകാശനാളങ്ങൾ മുറിക്കുള്ളിൽ പതിക്കുന്നത് ഞാൻ കണ്ടു. ഞാൻ എണീറ്റിരുന്ന് ജനലിലേക്കു നോക്കി. ചില്ലുകളുടെ അസാധാരണമായ വെണ്മ ജനാലച്ചട്ടങ്ങൾക്ക് കൂടുതൽ മിഴിവു നല്കിയിരുന്നു. "ഒരു കൊടുങ്കാറ്റ്!" ഞാൻ സ്വയം പറഞ്ഞു. എനിക്കു തെറ്റുപറ്റിയില്ല. എന്നാൽ അത് വളരെ അകലെ എവിടെയോ ആയിരുന്നു. ഇടിയുടെ ശബ്ദം എനിക്കു കേൾക്കാൻ കഴിഞ്ഞില്ല. മങ്ങിയ മിന്നൽപ്പിണരുകൾ ആകാശത്തിൽ അനുസ്യൂതം മിന്നിമറഞ്ഞുകൊണ്ടിരുന്നു. വാസ്തവത്തിൽ അവ മിന്നിമറയുകയായിരുന്നില്ല, വിറയ്ക്കുകയും പിടയുകയുമായിരുന്നു—മരിക്കാൻ പോകുന്ന ഒരു പക്ഷിയുടെ ചിറകുകൾ പോലെ. ഞാൻ കട്ടിലിൽ നിന്നിറങ്ങി ജനലിനടുത്തു ചെന്ന്, നേരംവെളുക്കുന്നതുവരെ അവിടെ തന്നെ നിന്നു... മിന്നൽ ഒരു

നിമിഷത്തേക്കുപോലും നിലച്ചില്ല. റഷ്യയിലെ ഗ്രാമീണർ "കുരുവിയുടെ രാത്രി"[2] എന്നു വിശേഷിപ്പിക്കുന്ന ഒരു രാത്രിയായിരുന്നു അത്. മൂകമായ മണൽപ്പരപ്പിലേക്കും നെസ്കുച്നി ഉദ്യാനത്തിലെ കെട്ടുപിണഞ്ഞുകിടന്ന നിഴലുകളിലേക്കും മിന്നൽപ്പിണരുകൾ വീശുമ്പോൾ വിറകൊള്ളുന്നതു പോലെ തോന്നിച്ച അകലെയുള്ള കെട്ടിടങ്ങളുടെ മഞ്ഞനിറമാർന്ന മുഖപ്പുകളിലേക്കും നോക്കിക്കൊണ്ട് ഞാൻ നിന്നു... എത്രനേരം നോക്കി യിട്ടും എനിക്ക് കണ്ണുകൾ പിൻവലിക്കാൻ തോന്നിയില്ല. മൂകമായ ആ മിന്നൽപ്പിണരുകൾ, അമർത്തപ്പെട്ട ആ പ്രഭാപൂരം, എന്റെ ഉള്ളിൽ ഒളിവീശിക്കൊണ്ടിരുന്ന മൂകവും നിഗൂഢവുമായ അന്തർപ്രേരണയുടെ പ്ര തിഫലനമാണെന്ന് എനിക്ക് തോന്നി. നേരം വെളുക്കാറായി. അങ്ങിങ്ങു പ്രത്യക്ഷപ്പെട്ട ചുവപ്പിന്റെ നുറുങ്ങുകൾ പുലരിയുടെ വരവിനെ വിളിച്ചറി യിച്ചു. സൂര്യകിരണങ്ങളുടെ ആഗമനത്തോടെ മിന്നൽപ്പിണരുകളുടെ പ്രഭ മങ്ങി, അവയുടെ ദൈർഘ്യം കുറഞ്ഞു. ഇടവേളകളുടെ ദൈർഘ്യം കൂടിക്കൂടി വന്നു. ഒടുവിൽ നിശ്ശങ്കം ഒഴുകി വന്ന സൗമ്യമായ പകൽവെ ളിച്ചത്തിൽ അവ അപ്രത്യക്ഷമായി...

എന്റെ ഉള്ളിലെ മിന്നലും കെട്ടടങ്ങി. അമിതമായ ക്ഷീണവും ഏകാ ന്തതയും എനിക്ക് അനുഭവപ്പെട്ടു... എങ്കിലും സിനയീദയുടെ വിഗ്രഹം അപ്പോഴും എന്റെ മനസ്സിൽ കുടികൊണ്ടിരുന്നു. എന്നാൽ ഇപ്പോൾ ആ രൂപം തികച്ചും ശാന്തമായിരുന്നു. ചതുപ്പിലെ കളകൾക്കിടയിൽ നിന്നു പറന്നുയരുന്ന ഹംസത്തെപ്പോലെ അത് അസുന്ദരമായ എല്ലാറ്റിൽ നിന്നും സ്വയം അകന്നു മാറി. ഉറങ്ങാൻ തുടങ്ങുമ്പോൾ ഒരിക്കൽക്കൂടി ഞാൻ ആ വിഗ്രഹത്തിന്റെ മുമ്പിൽ വിശ്വാസത്തോടും ആരാധനയോടും കൂടി പ്രണമിച്ചു.

ഹാ! അന്നത്തെ മൃദുല വികാരങ്ങൾ, പതിഞ്ഞ ശബ്ദങ്ങൾ ആത്മാവിനെ ആഴത്തിൽ സ്പർശിച്ച നിർമ്മലമായ സദ്ഭാവം, പ്രഥമ പ്രേമത്തിന്റെ ഹൃദയാവർജ്ജകമായ മാധുര്യം—അവയെല്ലാം എവിടെ പ്പോയി?

2 "കുരുവിയുടെ രാത്രി"—വേനല്ക്കാലത്ത് കാറ്റും പിശറും ഇടതടവില്ലാത്ത മിന്നൽ വെളിച്ചവും ഇടിമുഴക്കവുമുള്ള രാത്രിക്കാണ് "കുരുവിയുടെ രാത്രി" എന്നു പറയു ന്നത്.

VIII

പിറ്റേ ദിവസം രാവിലെ ചായ കുടിക്കാനിരുന്നപ്പോൾ അമ്മ എന്നെ ശകാരിച്ചു. എങ്കിലും അത് ഞാൻ പ്രതീക്ഷിച്ചിരുന്നത്ര ഭയങ്കരമായിരുന്നില്ല. തലേ സായാഹ്നം ഞാൻ എങ്ങനെയാണ് ചെലവഴിച്ചതെന്ന് വിശദമായി പറയാൻ അമ്മ ആവശ്യപ്പെട്ടു. ഞാൻ ഒരു ലഘുവിവരണം നൽകി. വിശദാംശങ്ങളെല്ലാം മനപ്പൂർവ്വം മറച്ചു വച്ചുകൊണ്ട് കേവലം നിർദ്ദോഷങ്ങളായ വിനോദങ്ങളെപ്പറ്റി മാത്രമേ ഞാൻ പറഞ്ഞുള്ളൂ.

"എങ്കിലും അവർ അത്ര നല്ല കൂട്ടരല്ല," അമ്മ പറഞ്ഞു. "നിനക്ക് അവിടെ ചുറ്റിപ്പറ്റിനടക്കാൻ സമയവുമില്ല. പരീക്ഷയ്ക്കു പഠിക്കാനുണ്ടെന്ന കാര്യം ഓർമ്മവേണം, മനസ്സിലായോ?"

എന്റെ പഠിത്തത്തേപ്പറ്റിയുള്ള അമ്മയുടെ ഉൽകണ്ഠ ആ വാക്കുകളിൽ ഒതുങ്ങിനില്ക്കുമെന്ന് നന്നായറിയാമായിരുന്നതുകൊണ്ട് ഞാൻ തർക്കിക്കാൻ ഒരുമ്പെട്ടില്ല. ചായകുടി കഴിഞ്ഞപ്പോൾ അച്ഛൻ എന്നെ തോട്ടത്തിലേക്കു കൂട്ടിക്കൊണ്ടുപോയി; സസേകിൻ ഭവനത്തിൽ ഞാൻ കണ്ടതെന്തെല്ലാമാണെന്ന് അദ്ദേഹം എന്നെക്കൊണ്ട് പറയിപ്പിച്ചു.

അച്ഛന് എന്റെമേൽ വിചിത്രമായ ഒരുതരം സ്വാധീനശക്തിയുണ്ടായിരുന്നു. ഞങ്ങൾ തമ്മിലുള്ള മാനസിക ബന്ധവും അല്പം വിചിത്രമായിരുന്നു. അദ്ദേഹം എന്റെ വിദ്യാഭ്യാസത്തിൽ യാതൊരു താല്പര്യവും കാട്ടിയിരുന്നില്ല. എന്നാൽ എന്നെ വേദനിപ്പിക്കുന്ന തരത്തിലുള്ള ഒരൊറ്റ വാക്കുപോലും അദ്ദേഹം പറഞ്ഞിരുന്നുമില്ല. എന്റെ സ്വാതന്ത്ര്യത്തെ അദ്ദേഹം ആദരിച്ചിരുന്നു. അദ്ദേഹം വിനയസമന്വിതനായിട്ടാണ്—അങ്ങനെ പറയാമെങ്കിൽ—എന്നോടു പെരുമാറിയിരുന്നത്. എന്നാൽ ഒരിക്കലും അടുപ്പം കാണിക്കാൻ അദ്ദേഹം എന്നെ അനുവദിച്ചിരുന്നില്ല. ഞാൻ അദ്ദേഹത്തെ ഗാഢമായി സ്നേഹിച്ചിരുന്നു, അദ്ദേഹത്തെപ്പറ്റി അഭിമാനിച്ചിരുന്നു, പുരുഷവർഗ്ഗത്തിന്റെ ഉത്തമമാതൃകയായി അദ്ദേഹത്തെ കണക്കാക്കിയിരുന്നു. ദൈവമേ, മനപ്പൂർവ്വം അദ്ദേഹം എന്നെ തന്നിൽനിന്ന് തള്ളിമാറ്റുകയാണെന്ന തോന്നലില്ലായിരുന്നെങ്കിൽ ഞാൻ അദ്ദേഹത്തോട് എത്രമാത്രം അടുക്കമായിരുന്നു! വേണമെന്നു തോന്നുമ്പോൾ ക്ഷണനേരംകൊണ്ട്, ഒരു വാക്കും ഒരു ചലനവുംകൊണ്ട്, എന്റെ നിസ്സീമമായ വിശ്വാസമാർജ്ജിക്കാൻ അദ്ദേഹത്തിനു കഴിഞ്ഞിരുന്നു. അത്തരം നിമിഷങ്ങളിൽ എന്റെ ആത്മാവ്

വിടരും, വിവേകശാലിയായ ഒരു സുഹൃത്തിനോടോ ദയാലുവായ ഒരു ഗുരുവിനോടോ എന്നപോലെ ഞാൻ അദ്ദേഹത്തോട് വാതോരാതെ സംസാരിക്കും... ക്ഷണനേരംകൊണ്ട് വീണ്ടും അദ്ദേഹം എന്നെ ഉപേക്ഷിക്കും, വീണ്ടും അദ്ദേഹം എന്നെ തന്നിൽനിന്ന് തള്ളിമാറ്റുകയായിരുന്നു, വളരെ സൗമ്യമായാണെങ്കിലും തള്ളിമാറ്റുകയാണെന്ന്, എനിക്ക് തോന്നും.

ചിലപ്പോൾ അദ്ദേഹം തികച്ചും ഉല്ലാസഭരിതനാകാറുണ്ട്. അപ്പോൾ ഒരു കൊച്ചു കുട്ടിയെപ്പോലെ അദ്ദേഹം എന്നോടൊപ്പം ഓടിക്കളിക്കുകയും തുള്ളിച്ചാടുകയും ചെയ്യും(ആയാസകരമായി എല്ലാം വ്യായാമങ്ങളും അച്ഛന് ഇഷ്ടമായിരുന്നു) ഒരിക്കൽ—ഒരിക്കൽ മാത്രം!—അദ്ദേഹം എന്നെ അളവറ്റ വാത്സല്യത്തോടെ തലോടിയിട്ടുണ്ട്. അപ്പോൾ വാസ്തവത്തിൽ എന്റെ കണ്ണു നിറഞ്ഞുപോയി... എന്നാൽ അദ്ദേഹത്തിന്റെ ഉത്സാഹവും അദ്ദേഹത്തിന്റെ വാത്സല്യവും യാതൊരു അടയാളവും അവശേഷിപ്പിക്കാതെ—അത്തരമൊരു അവസരം വീണ്ടും ഉണ്ടാകുമെന്നുള്ള പ്രതീക്ഷയ്ക്ക് ഇടതരാതെ—എങ്ങോ പോയ് മറഞ്ഞു. അതെല്ലാം വെറുമൊരു സ്വപ്നം മാത്രമായിരുന്നെന്ന് പിന്നീട് എനിക്കു തോന്നി. ബുദ്ധികൂർമ്മതയും സൗന്ദര്യവും വഴിഞ്ഞൊഴുകുന്ന ആ തേജസ്സുറ്റ മുഖത്തേക്ക് ചിലപ്പോൾ ഞാൻ നിർന്നിമേഷം നോക്കിയിരിക്കും, അപ്പോൾ എന്റെ ഹൃദയം ശക്തിയായി മിടിക്കും, എന്റെ ദേഹം മുഴുവൻ അദ്ദേഹത്തിന്റെ നേർക്ക് ചായും... അത്തരം സന്ദർഭങ്ങളിൽ എന്റെ മാനോവ്യാപാരം മനസ്സിലാക്കിയിട്ടെന്നപോലെ അച്ഛൻ അലക്ഷ്യമായി എന്റെ കവിളിൽ ഒന്നു തട്ടിയിട്ട് മുറിവിട്ടുപോവുകയോ മറ്റെന്തെങ്കിലും കാര്യത്തിലേക്കു ശ്രദ്ധതിരിക്കുകയോ ആണു പതിവ്, ചിലപ്പോൾ അദ്ദേഹം മഞ്ഞുകട്ടപോലെ തണുത്ത് വികാരശൂന്യമായ ഒരു ഭാവം കൈക്കൊള്ളും—അത്രയേറെ ശൈത്യം സ്ഫുരിക്കുന്ന ഒരു ഭാവം കൈക്കൊള്ളാൻ അദ്ദേഹത്തിനു മാത്രമേ കഴിയൂ. അച്ഛന്റെ ആ മരവിച്ച മുഖഭാവം കാണുമ്പോൾ ഞാനും സ്വയം ഉള്ളിലേക്കു വലിയും, എന്റെ വികാരങ്ങളും മരവിയ്ക്കും. വളരെ വിരളമായി അദ്ദേഹം എന്നോടു കാണിച്ചിരുന്ന ദാക്ഷിണ്യം എന്റെ നിശ്ശബ്ദമെങ്കിലും സ്പഷ്ടമായ പ്രാർത്ഥനയുടെ ഫലമായിരുന്നില്ല; തികച്ചും അപ്രതീക്ഷിതമായിട്ടാണ് അതു സംഭവിച്ചിരുന്നത്.

പിൽക്കാലത്ത് അച്ഛന്റെ സ്വഭാവത്തെപ്പറ്റി പരിചിന്തനം ചെയ്യുമ്പോഴെല്ലാം എനിക്കു തോന്നിയിട്ടുള്ളത് ഇതാണ്—അദ്ദേഹത്തിന് എന്നെപ്പറ്റിയും ഞങ്ങളുടെ കുടുംബജീവിതത്തെപ്പറ്റിയും മാത്രമല്ല മറ്റു പലതിനെപ്പറ്റിയും ചിന്തിക്കാനുണ്ടായിരുന്നു. അദ്ദേഹത്തിന്റെ മനസ്സ് മറ്റെന്തിലോ ആയിരുന്നു, അദ്ദേഹത്തിന് തികച്ചും ആത്മസംതൃപ്തി നൽകിയ മറ്റെന്തിലോ. "പറ്റുന്നതെല്ലാം കൈക്കലാക്കിക്കോളൂ, പക്ഷേ ഒരിക്കലും സ്വയം പണയപ്പെടുത്തരുത്." ഒരിക്കൽ അച്ഛൻ എന്നോടു—അതാണ് ജീവിതം." മറ്റൊരവസരത്തിൽ ഒരു യുവ ജനാധിപത്യവാദി

എന്ന നിലയ്ക്ക് ഞാൻ അച്ഛനോട് സ്വാതന്ത്ര്യത്തെപ്പറ്റി എന്തോ പറഞ്ഞു. (അന്ന് അദ്ദേഹത്തിന് ദാക്ഷിണ്യഭാവമായിരുന്നു, അങ്ങനെയുള്ള ദിവസങ്ങളിൽ അദ്ദേഹത്തോട് എന്തുവേണമെങ്കിലും പറയാം.)

"സ്വാതന്ത്ര്യമോ?" അച്ഛൻ ചോദിച്ചു. "സ്വാതന്ത്ര്യം നേടാൻ ഒരാളെ സഹായിക്കുന്നതെന്താണെന്ന് നിനക്കറിയാമോ?"

"എന്താണ്?"

"ഇച്ഛ, സ്വന്തം ഇച്ഛ, അതവന് സ്വാതന്ത്ര്യം മാത്രമല്ല അധികാരവും നേടിക്കൊടുക്കുന്നു. അധികാരം ഏതു സ്വാതന്ത്ര്യത്തെക്കാളും മെച്ചമാണ്. സ്വന്തം ഇച്ഛ എന്താണെന്ന് സ്വയം മനസ്സിലാക്കാൻ പഠിക്കുക. അപ്പോൾ സ്വതന്ത്രനാകാം. മറ്റുള്ളവരെ ചൊല്പടിക്കു നിർത്താം."

ജീവിക്കുക എന്നതായിരുന്നു അച്ഛന്റെ പ്രഥമവും പ്രധാനവുമായ ലക്ഷ്യം, അദ്ദേഹം ജീവിക്കുകയും ചെയ്തു. "ജീവിതം എന്നു പറയുന്ന സംഗതി" ആസ്വദിക്കാൻ തനിക്ക് സമയം കുറച്ചേയുള്ളൂന്ന് ഒരുപക്ഷേ അദ്ദേഹത്തിന് മുൻകൂട്ടി തോന്നിയിരിക്കാം. നാല്പത്തിരണ്ടാം വയസ്സിൽ അദ്ദേഹം മരിച്ചു.

സസേകിൻ ഭവനത്തിലെ എന്റെ സന്ദർശനത്തെപ്പറ്റിയുള്ള സമ്പൂർണ്ണമായ ഒരു വിവരണം ഞാൻ അച്ഛനു നൽകി. ചാട്ടപ്പിടിയുടെ അഗ്രം താഴ്ത്തി മണലിൽ ചിത്രം വരച്ചുകൊണ്ട് ഒരു ബെഞ്ചിലിരുന്ന് അച്ഛൻ ഞാൻ പറയുന്നതു ശ്രദ്ധിച്ചു. അദ്ദേഹത്തിന്റെ ചിന്ത മറ്റെവിടെയോ ആണെന്നു തോന്നി. ഒന്നുരണ്ടു തവണ ഞാൻ പറയുന്നതുകേട്ട് അദ്ദേഹം പൊട്ടിച്ചിരിച്ചിട്ട് രസം പിടിച്ചിട്ടെന്നപോലെ ആഹ്ലാദഭരിതമായ കണ്ണുകളോടെ എന്നെ നോക്കി. ഇടയ്ക്ക് ചില ചോദ്യങ്ങൾ ചോദിച്ച് അച്ഛൻ എന്നെ പ്രോത്സാഹിപ്പിച്ചുകൊണ്ടിരുന്നു. ആദ്യം സിനയീദയുടെ പേരുച്ചരിക്കാൻ പോലും എനിക്കു ധൈര്യമില്ലായിരുന്നു, എന്നാൽ അധികനേരം അതു നീണ്ടുനിന്നില്ല. സ്വയം നിയന്ത്രിക്കാനാവാതെ ഞാൻ സിനയീദയുടെ ഗുണഗണങ്ങളെപ്പറ്റി പാടിപ്പുകഴ്ത്തി തുടങ്ങി. അച്ഛൻ ശബ്ദമടക്കി ചിരിച്ചു. പിന്നീട് അദ്ദേഹം ചിന്താമഗ്നനാകുന്നതു ഞാൻ കണ്ടു. ഒടുവിൽ മൂരിനിവർന്നു കൊണ്ട് അദ്ദേഹം ബഞ്ചിൽ നിന്നെണീറ്റു.

വീട്ടിൽ നിന്നിറങ്ങുമ്പോൾ കുതിരയെ കോപ്പണിയിക്കാൻ അച്ഛൻ കല്പനകൊടുത്തിരുന്നെന്ന് ഞാൻ ഓർമ്മിച്ചു. അദ്ദേഹം ഒന്നാന്തരം ഒരു സവാരിക്കാരനായിരുന്നു. ഏതു വെകിളിപിടിച്ച കുതിരയേയും മെരുക്കാൻ അദ്ദേഹത്തിന് ഒരു പ്രത്യേക കഴിവുണ്ടായിരുന്നു.

"ഞാനും കൂടെ വരട്ടേ, അച്ഛാ?" ഞാൻ ചോദിച്ചു.

"വേണ്ട," അച്ഛൻ പറഞ്ഞു. എപ്പോഴുമുള്ള വാത്സല്യം നിറഞ്ഞ അലക്ഷ്യഭാവം വീണ്ടും ആ മുഖത്തു സ്ഥാനം പിടിച്ചു. "നീ വേണമെങ്കിൽ ഒറ്റയ്ക്ക് സവാരിക്കു പോയ്ക്കോളൂ. ഞാൻ ഇന്ന് കുതിരപ്പുറത്ത് പോകുന്നില്ലെന്ന് കുതിരക്കാരനോടു പറഞ്ഞേക്കൂ,"

അച്ഛൻ ചുറുചുറുക്കോടെ നടന്നകലുന്നതു ഞാൻ നോക്കിയിരുന്നു. അദ്ദേഹം ഗയിറ്റിനു പുറത്തു കടന്ന് അപ്രത്യക്ഷനായി. മതിലിന്റെ അരികെ ചേർന്ന് നീങ്ങിക്കൊണ്ടിരുന്ന തൊപ്പിയുടെ മുകൾഭാഗം മാത്രം എനിക്കു കാണാമായിരുന്നു. അല്പം കഴിഞ്ഞ് അദ്ദേഹം സസേകിന പ്രഭ്വിയുടെ വീട്ടിലേക്കു കയറുന്നതു ഞാൻ കണ്ടു.

ഒരു മണിക്കൂറിൽ കൂടുതൽ അച്ഛൻ അവിടെ ഇരുന്നില്ല. അവിടുന്ന് ഇറങ്ങിയ ഉടൻ അദ്ദേഹം നേരെ പട്ടണത്തിലേക്കു പോയി. അന്നു വൈകിട്ടാണ് അച്ഛൻ വീട്ടിൽ മടങ്ങിയെത്തിയത്.

ഉച്ചഭക്ഷണം കഴിഞ്ഞായുടൻ ഞാൻ സസേകിന പ്രഭ്വിയുടെ വീട്ടിലേക്കു പോയി. ഞാൻ ചെല്ലുമ്പോൾ സ്വീകരണമുറിയിൽ പ്രഭ്വി മാത്രമേ ഉണ്ടായിരുന്നുള്ളൂ. എന്നെ കണ്ടയുടൻ കമ്പിളിനൂൽ തുന്നുന്ന സൂചികൊണ്ട് അവർ തല ചൊറിഞ്ഞുതുടങ്ങി. പൊടുന്നനെ അവർ ചോദിച്ചു. "ഈ അപേക്ഷ ഒന്നു പകർത്തിത്തരാമോ?"

"ആകാമല്ലോ," എന്നു പറഞ്ഞുകൊണ്ട് ഞാൻ ഒരു കസേരയുടെ വക്കിൽ ഇരുന്നു.

"അക്ഷരങ്ങൾ കുറച്ചു വലുതായിട്ടെഴുതണം കേട്ടോ." പ്രഭ്വിപറഞ്ഞു. എന്തൊക്കെയോ കുത്തിക്കുറിച്ചിരുന്ന ഒരു കടലാസ് എന്റെ നേരെ നീട്ടിക്കൊണ്ട് അവർ ചോദിച്ചു. "ഇന്നുതന്നെ ഇതു എഴുതിത്തരാൻ പറ്റുമോ?"

"ഇന്നുതന്നെ എഴുതിത്തരാം."

അടുത്തമുറിയുടെ വാതിൽ ലേശം തുറക്കപ്പെട്ടു. സിനയീദയുടെ ചിന്താഭരിതമായ വിളർത്ത മുഖം അവിടെ പ്രത്യക്ഷപ്പെട്ടു. അവളുടെ മുടി അശ്രദ്ധമായി പിന്നിലേക്കു ചീകി വച്ചിരുന്നു. വികാരശൂന്യമായ വലിയ കണ്ണുകൾകൊണ്ട് എന്നെ ഒന്നു നോക്കിയിട്ട് അവൾ മെല്ലെ വാതിലടച്ചു.

"സീന! ഏയ് സീന" പ്രഭ്വി ഉറക്കെ വിളിച്ചു. എന്നാൽ അവൾ വിളി കേട്ടില്ല.

ഞാൻ പ്രഭ്വിയുടെ അപേക്ഷയുമായി വീട്ടിലേക്കു പോന്നു. അന്നത്തെ സായാഹ്നം മുഴുവൻ അതു പകർത്തുന്നതിൽ ഞാൻ വ്യാപൃതനായിരുന്നു.

IX

എന്റെ "അഭിനിവേശം" അന്നു തുടങ്ങിയതാണ്. പുതുതായി ജോലിയിൽ പ്രവേശിക്കുന്ന ഒരുവന്റെ മനോവികാരങ്ങളോട് സാമ്യമുള്ളവയായിരുന്നു എന്റെ മനോവികാരങ്ങൾ. ഇപ്പോൾ ഞാൻ കേവലം ഒരു ബാലനല്ല, ഒരു കമിതാവാണ്. എന്റെ അഭിനിവേശം അന്നു തുടങ്ങിയതാണെന്ന് ഞാൻ പറഞ്ഞല്ലോ, എന്റെ ദുഃഖവും അന്നു തന്നെ തുടങ്ങിയെന്നുകൂടി പറയേണ്ടിയിരിക്കുന്നു. സിനയീദയെ പിരിഞ്ഞിരിക്കുമ്പോഴൊക്കെ എന്റെ മനസ്സു നീറിക്കൊണ്ടിരുന്നു. ഒന്നിലും ശ്രദ്ധകേന്ദ്രീകരിക്കാൻ എനിക്കു കഴിയാതായി. അവളെപ്പറ്റിയുള്ള വിചാരം രാപകൽ എന്നെ അലട്ടിക്കൊണ്ടിരുന്നു... അവളെ പിരിഞ്ഞിരിക്കുമ്പോൾ എന്റെ മനസ്സു നീറിയിരുന്നു, എന്നാൽ അവളെ കാണുമ്പോഴുള്ള എന്റെ നില അതിലും പരിതാപകരമായിരുന്നു. അവളുടെ സാന്നിദ്ധ്യത്തിൽ ഞാൻ അസൂയയുടെ അടിമയാകും, എന്റെ അല്പതയെക്കുറിച്ചു ബോധവാനാകുകയും വിഡ്ഢിയെപ്പോലെ മുഖം കനപ്പിക്കുകയും ചെയ്യും. ഒരു വിഡ്ഢിയെപ്പോലെ അവളുടെ വാലിൽത്തൂങ്ങി നടക്കും. എങ്കിലും അപ്രതിഹതമായ ഒരു ശക്തി എന്നെ അവളുടെ അടുത്തേക്ക് പിടിച്ചുവലിച്ചുകൊണ്ടിരുന്നു. അവളുടെ മുറിയുടെ വാതിൽപ്പടി കടക്കുമ്പോഴെല്ലാം മധുരമായ ഒരു വേദന എന്റെ ഹൃദയത്തിൽ അനുഭവപ്പെട്ടിരുന്നു. ഞാൻ സിനയീദയിൽ അനുരക്തനാണെന്ന് മനസ്സിലാക്കാൻ അവൾക്ക് അധിക സമയം വേണ്ടിവന്നില്ല. അതു ഒളിച്ചുവയ്ക്കണമെന്ന് ഞാൻ ആഗ്രഹിച്ചുമില്ല. എന്റെ ഈ ഭ്രമത്തിൽനിന്ന് സിനയീദ ചിരിക്കാൻ ധാരാളം വക കണ്ടെത്തി. അവൾ എന്നെ കളിയാക്കി. എന്നെ ലാളിച്ചു, എന്നെ പീഡിപ്പിച്ചു. മറ്റൊരാളുടെ ഏറ്റവും വലിയ സന്തുഷ്ടിയുടേയും ഏറ്റവും കൊടിയ ദുഃഖത്തിന്റേയും പരമവും അവിതർക്കിതവുമായ കാരണമായിരിക്കുക എന്നത്. ഒരേ ഒരു ഉറവിടമായിരിക്കുക എന്നത് മധുരമായ ഒരനുഭവമാണ്. അതുകൊണ്ട് സിനയീദയുടെ കൈകളിൽ ഞാൻ പതമുള്ള കളിമണ്ണായി മാറി. എന്നാൽ അവളെ പ്രേമിച്ചിരുന്നതു ഞാൻ മാത്രമായിരുന്നില്ല. അവളുടെ വീടുസന്ദർശിച്ചിരുന്ന എല്ലാ പുരുഷന്മാരും അവളിൽ ഭ്രമിച്ചു വശായിരുന്നു. അവളാകട്ടെ അവരെ എല്ലാവരേയും അവളുടെ കാൽച്ചുവട്ടിൽ തളച്ചിടുകയും ചെയ്തു. മാറിമാറി അവരിൽ ആശയും ആശങ്കയും വളർത്തുന്നത് അവളുടെ ഒരു വിനോദമായിരുന്നു. അവൾ അവരെ ചെറുവിരലിലിട്ട് കറക്കി (ഒരാളെക്കൊണ്ട് മറ്റൊരാളെ തള്ളിയിടുക എന്നാണ് അവൾ അതിനു കൊടുത്ത പേര്). എതിർക്കുന്നതിനെപ്പറ്റി

ആലോചിക്കുകപോലും ചെയ്യാതെ അവരിൽ ഒരോരുത്തരും അവളുടെ ഇംഗിതത്തിന് സസന്തോഷം വഴങ്ങിക്കൊടുത്തിരുന്നു. അവളുടെ പ്രസരിപ്പാർന്ന സുന്ദരമായ രൂപമാകെത്തന്നെ കൗശലത്തിന്റേയും കരുതലില്ലായ്മയുടെയും, കൃത്രിമത്വത്തിന്റേയും ലാളിത്യത്തിന്റേയും, സമചിത്തതയുടേയും ആവേഗത്തിന്റേയും ഒരു സമ്മോഹന സമ്മിശ്രമായിരുന്നു. അവളുടെ ഓരോ വാക്കിലും ഓരോ പ്രവൃത്തിയിലും ഓരോ ചലനത്തിലും അസാധാരണമായ സൗകുമാര്യം വഴിഞ്ഞൊഴുകി. അസാധാരണമായ ഒരു ശക്തിവിശേഷത്തിന്റെ വിളയാട്ടം അവളെ സംബന്ധിച്ച എല്ലാറ്റിലും ദൃശ്യമായിരുന്നു. സദാ മാറിക്കൊണ്ടിരുന്ന ആ മുഖവും വിവിധ ഭാവങ്ങളുടെ ഒരു കേളീരംഗമായിരുന്നു—ഒരേ സമയംതന്നെ അവിടെ പരിഹാസവും ചിന്തയും ആവേശവും നിഴലിക്കുന്നതു കാണാം. വെയിലും കാറ്റുമുള്ള ദിവസങ്ങളിൽ മേഘങ്ങൾ വിരിക്കുന്ന ലോലവും ചടുലവുമായ നിഴലുകളെപ്പോലെ ഒന്നു മറ്റൊന്നിനെ തള്ളിമാറ്റിക്കൊണ്ട് അതിവേഗം കടന്നു പൊയ്ക്കൊണ്ടിരിക്കുന്ന പരസ്പര വിരുദ്ധങ്ങളായ വികാരങ്ങൾ അവളുടെ കണ്ണുകളേയും ചുണ്ടുകളേയും സദാ തഴുകിക്കൊണ്ടിരുന്നു.

തന്റെ ആരാധകന്മാരിൽ ഓരോരുത്തരേയും അവൾക്ക് ആവശ്യമായിരുന്നു. “എന്റെ മൃഗം” എന്നു ചിലപ്പോൾ “എന്റെ” എന്നു മാത്രവും അവൾ വിശേഷിപ്പിച്ചിരുന്ന ബെലൊവ് സൊറൊവ് അവൾക്കുവേണ്ടി തീയിൽച്ചാടാൻപോലും തയ്യാറായിരുന്നു. സ്വന്തം മാനസിക ശക്തിയിലും മറ്റു ഗുണങ്ങളിലും വിശ്വാസമില്ലാതിരുന്ന അയാൾ സിനയീദയോട് തന്നെ വിവാഹംചെയ്യണമെന്ന് പല തവണ അഭ്യർത്ഥിച്ചിട്ടുണ്ട്. മറ്റുള്ളവർക്കാർക്കും തന്നെപ്പോലെ ആത്മാർത്ഥതയില്ലെന്നും, അയാൾ സൂചിപ്പിക്കാറുണ്ടായിരുന്നു. കവിതയോട് സിനയീദയ്ക്കുണ്ടായിരുന്ന കമ്പത്തെയാണ് മയ്ദാനൊവ് സ്പർശിച്ചത്. ഭൂരിപക്ഷം രചയിതാക്കളേയുംപോലെ അയാളും സ്വതേ തണുത്ത പ്രകൃതക്കാരനായിരുന്നെങ്കിലും സിനയീദയെ താൻ ഉള്ളഴിഞ്ഞു ആരാധിക്കുന്നുണ്ടെന്ന് അവളെ വിശ്വസിപ്പിക്കാനും ഒരുപക്ഷേ തന്നെത്തന്നെ വിശ്വസിപ്പിക്കാനും അയാൾക്കു കഴിഞ്ഞിരുന്നു. അയാൾ അവളെ സ്തുതിച്ചുകൊണ്ടുള്ള അനേകം ശ്ലോകങ്ങൾ എഴുതുകയും അസ്വാഭാവികവും അതേ സമയം തന്നെ ആത്മാർത്ഥവുമായ ഒരു തരം ആനന്ദനിർവൃതിയോടെ അവളെ അതു ചൊല്ലികേൾപ്പിക്കുകയും ചെയ്തിരുന്നു. സിനയീദയ്ക്ക് അയാളോട് പെരുമാറ്റത്തിൽ ചെറിയ ഒരു പുച്ഛരസം കലർന്നിരുന്നു. അവൾക്ക് അയാളിൽ വലിയ വിശ്വാസമുണ്ടായിരുന്നില്ല. അയാൾ രചിച്ച സ്തുതിഗീതങ്ങൾ കേട്ടുകഴിഞ്ഞാലുടൻ അവൾ ആയാളെക്കൊണ്ടു പുഷ്കിന്റെ കവിത ചൊല്ലിക്കുക പതിവായിരുന്നു—അന്തരീക്ഷം ശുദ്ധീകരിക്കാനാണ് അതെന്ന് അവൾ പറയാറുണ്ടായിരുന്നു. എല്ലാറ്റിനേയും പുച്ഛിച്ചു സംസാരിക്കുന്ന സരസനായ ഡോക്ടർ ലൂഷിനാണ് സിനയീദയെ ഏറ്റവും നന്നായി മനസ്സിലാക്കിയതും ഏറ്റവും കൂടുതൽ സ്നേഹിച്ചതും. എങ്കിലും കേൾക്കയും കേൾക്കാതെയും അയാൾ അവളെ

അധിക്ഷേപിക്കാറുണ്ടായിരുന്നു. അവൾ അയാളെ ആദരിച്ചിരുന്നെങ്കിലും അയാളോട് അല്പം പോലും ദയകാണിച്ചില്ല. അയാളും തന്റെ അധീനത്തിലാണെന്ന് അയാളെ ബോധ്യപ്പെടുത്തുന്നതിൽ അവൾ ക്രൂരമായ ഒരുതരം ആനന്ദം കണ്ടെത്തി. "ഞാൻ ഒരു കുഴഞ്ഞാടിയാണ്. ഹൃദയ ശൂന്യയാണ്, ജന്മനാ ഒരു നാട്യക്കാരിയാണ്, അല്ലേ?" ഒരിക്കൽ എന്റെ മുമ്പിൽവച്ച് അവൾ ലൂഷിനോടു പറഞ്ഞു. "എല്ലാം ശരിയാണ്. സമ്മതിച്ചു! ഇനി നിങ്ങൾ കൈ നീട്ടിത്തരൂ. ഞാൻ അതിൽ ഒരു മൊട്ടുസൂചി കുത്തിക്കയറ്റും, നിങ്ങൾ വേദനകൊണ്ടു പിടയുമെങ്കിലും ചിരിക്കാനുള്ള സന്മനസ്സു കാണിക്കും, ഇല്ലേ ശ്രീമാൻ സത്യവാദി?" ലൂഷിന്റെ മുഖം ചുവന്നു, അയാൾ ചുണ്ടുകടിച്ചുകൊണ്ട് കുനിഞ്ഞിരുന്നു. എങ്കിലും കൈ നീട്ടാതിരുന്നില്ല. അവൾ അയാളുടെ കൈയിൽ മൊട്ടുസൂചികൊണ്ട് കുത്തി. അയാൾ വാസ്തവത്തിൽ ചിരിക്കുകയും ചെയ്തു. അവളും പൊട്ടിച്ചിരിച്ചു. അവളുടെ മുഖത്തു നോക്കാതിരിക്കാൻ വൃഥാ ശ്രമിച്ചുകൊണ്ടിരുന്ന അയാളുടെ കണ്ണുകളിലേക്ക് ഉറ്റുനോക്കിക്കൊണ്ട് അവൾ മൊട്ടുസൂചി കൂടുതൽ ആഴത്തിൽ കുത്തിയിറക്കി...

കൗണ്ട് മലേവ്സ്കിയും സിനയീദയും തമ്മിലുള്ള ബന്ധം എനിക്ക് തീരെ മനസ്സിലാക്കാൻ കഴിഞ്ഞില്ല. അയാൾ സുമുഖനും ജാഗ്രതയുള്ളവനും ബുദ്ധിശാലിയുമായിരുന്നെങ്കിലും കപടവും സംശയാസ്പദവുമായ എന്തോ ഒന്ന് അയാളിലുണ്ടായിരുന്നു. കേവലം ബാലനായിരുന്ന എനിക്കുപോലും അക്കാര്യം മനസ്സിലാക്കാൻ കഴിഞ്ഞ സ്ഥിതിക്ക് സിനയീദ അതു കാണാതിരുന്നതെന്തുകൊണ്ടാണെന്ന് ഞാൻ അത്ഭുതപ്പെട്ടു. ഒരുപക്ഷേ ഈ കാപട്യം കണ്ടിട്ടും അവൾ കാര്യമാക്കാതിരുന്നതാവാം! അവൾക്കു ലഭിച്ച വിദ്യാഭ്യാസത്തിന്റ പോരായ്മകളും വിചിത്ര സ്വഭാവക്കാരായ ശീലങ്ങളും അമ്മയുടെ നിരന്തരമായ സാന്നിദ്ധ്യവും വീട്ടിലെ ദാരിദ്ര്യവും ചിട്ടയില്ലായ്മയും എന്നുവേണ്ട ആ ചെറുപ്പക്കാരിയായ പെൺകിടാവിനു ലഭിച്ചിരുന്ന അമിതമായ സ്വാതന്ത്ര്യം മുതൽ പാർശ്വവർത്തികളെക്കാൾ താൻ മികച്ചവളാണെന്ന് അവൾക്കുണ്ടായിരുന്ന ബോധം വരെയുള്ള സർവ്വതും, പുച്ഛംകലർന്ന ഒരുതരം ഉദാസീനതയും ധാർമ്മികമായ ബോധരാഹിത്യവും അവളിൽ വളർത്തിയിരുന്നു. ആ വീട്ടിൽ എന്തു സംഭവിച്ചാലും അവൾക്കു യാതൊരു കുലുക്കവുമില്ല—പഞ്ചസാരയില്ലെന്ന് ഭൃത്യൻ വന്നറിയിക്കുകയോ, വൃത്തികെട്ട ഏതെങ്കിലും അപവാദം പുറത്തു വരികയോ, അതിഥികൾ തമ്മിൽ വഴക്കിടുകയോ ചെയ്താൽ അളകങ്ങൾ പുറകോട്ട് കുടഞ്ഞുമാറ്റിക്കൊണ്ട് അവൾ ഇത്രമാത്രം പറയും: "അസംബന്ധം!!"

എന്നാൽ മലേവ്സ്കി ഒരു കുറുക്കന്റെ കൗശലത്തോടെ പതുങ്ങിച്ചെന്ന് സിനയീദയുടെ കസേരയുടെ പിന്നിൽ അന്തസ്സോടെ മുട്ടിയുരുമ്മി നില്ക്കുന്നതും ആത്മസംതൃപ്തി നിറഞ്ഞ വഴുവഴുത്ത ഒരു പുഞ്ചിരിയോടെ അവളുടെ കാതിൽ എന്തൊക്കെയോ മന്ത്രിക്കുന്നതും അവൾ കൈകൾ നെഞ്ചിൽ പിണച്ചുവച്ചുകൊണ്ട് ദത്തശ്രദ്ധയായി അയാളെ നോക്കി

പുഞ്ചിരിക്കുന്നതും തലയാട്ടുന്നതും കാണുമ്പോൾ വാസ്തവത്തിൽ എന്റെ രക്തം തിളച്ചിരുന്നു.

“കൗണ്ട് മലേവ്സ്കിയെ സ്വീകരിക്കാൻ നിങ്ങളെ പ്രേരിപ്പിക്കുന്നതെന്താണ്?” ഒരിക്കൽ ഞാൻ സിനയീദയോട് ചോദിച്ചു.

“അയാളുടെ മേൽമീശയ്ക്ക് എന്തൊരു ഭംഗിയാണെന്നോ;” സിനയീദ ഉത്തരം പറഞ്ഞു. “പക്ഷേ നിനക്ക് അതൊന്നും മനസ്സിലാവുകയില്ല.”

“എനിക്ക് അയാളോടു പ്രേമമാണെന്നാണോ വിചാരം?” മറ്റൊരവസരത്തിൽ സിനയീദ എന്നോടു ചോദിച്ചു. “അതുപോലൊരു മനുഷ്യനെ, എനിക്കു ബഹുമാനിക്കാനാവാത്ത ഒരു മനുഷ്യനെ സ്നേഹിക്കാൻ എന്നെക്കൊണ്ടാവില്ല. എന്റെ ഇച്ഛാശക്തി തകർക്കാൻ കഴിവുള്ള ഒരാളെയാണ് എനിക്കു വേണ്ടത്. ഭാഗ്യത്തിന് അങ്ങനെ ഒരാളെ ഞാൻ ഒരിക്കലും കണ്ടുമുട്ടുകയില്ല! ഇല്ല, ഞാൻ ഒരിക്കലും ആരുടേയും കാൽച്ചുവട്ടിൽ വീഴുകയില്ല!”

“നിങ്ങൾ ഒരിക്കലും ആരേയും സ്നേഹിക്കയില്ലെന്നാണോ അതിന്റെ അർത്ഥം.”

“സ്വന്തം കാര്യം മറന്നോ? നിന്നെ ഞാൻ സ്നേഹിക്കുന്നില്ലേ?” എന്റെ മൂക്കിൽ കൈയുറയുടെ അറ്റംകൊണ്ട് അടിച്ചിട്ട് അവൾ തിരിച്ചു ചോദിച്ചു.

അതെ, എന്നെ കളിയാക്കിക്കൊണ്ട് സിനയീദ ധാരാളം രസിച്ചു. മൂന്നാഴ്ചക്കാലം ഞാൻ അവളെ നിത്യവും കണ്ടുകൊണ്ടിരുന്നു—അവൾ എന്തെല്ലാമാണ് എന്നെകൊണ്ടു ചെയ്യിച്ചത്! അവൾ ഞങ്ങളുടെ വീട്ടിൽ അപൂർവ്വമായേ വരാറുണ്ടായിരുന്നുള്ളൂ. അതിൽ എനിക്കു പരാതിയുണ്ടായിരുന്നില്ല. കാരണം ഞങ്ങളുടെ വീട്ടിൽ വരുമ്പോഴെല്ലാം അവൾ ഒരു യുവമഹിളയുടെ, ഒരു പ്രഭുകുമാരിയുടെ ഭാവം കൈക്കൊള്ളും, എനിക്കാണെങ്കിൽ വല്ലാത്ത ലജ്ജയും അനുഭവപ്പെടും. അമ്മ എന്റെ രഹസ്യം മനസ്സിലാക്കുമോ എന്നായിരുന്നു എന്റെ പേടി. അമ്മയ്ക്ക് സിനയീദയെ തീരെ ഇഷ്ടമായിരുന്നില്ല. അമ്മ നീരസത്തോടെ ഞങ്ങളെ ശ്രദ്ധിച്ചുകൊണ്ടിരുന്നു.

അച്ഛനെ എനിക്ക് അത്ര പേടിയുണ്ടായിരുന്നില്ല. അദ്ദേഹം എന്നെ ശ്രദ്ധിക്കുകയില്ല, അവളോട് വളരെ വിരളമായേ എന്തെങ്കിലും പറയുകയുള്ളൂ. പക്ഷേ അവളോട് പറയുന്ന ഒരോ വാക്കിലും അദ്ദേഹത്തിന്റെ കുശാഗ്രബുദ്ധി തെളിഞ്ഞു കാണാമായിരുന്നു. ഞാൻ പഠിത്തവും വായനയും മാത്രമല്ല നാട്ടിൻപുറത്തു കൂടിയുള്ള ചുറ്റിത്തിരിയലും കുതിര സവാരിയും ഉപേക്ഷിച്ചു. നൂലുകൊണ്ട് കാലുകെട്ടിയ ഒരു വണ്ടിനെപ്പോലെ ഞാൻ പ്രിയങ്കരമായ ആ ചെറുഭവനത്തെ ചുറ്റിപ്പറ്റി നടന്നു. അവിടെത്തന്നെ സ്ഥിരതാമസമാക്കാൻപോലും ഞാൻ തയ്യാറായിരുന്നു, എന്നാൽ അതു സാദ്ധ്യമായിരുന്നില്ല. എന്റെ അമ്മ മറുമുറുത്തു. ചിലപ്പോൾ സിനയീദ എന്നെ അവിടുന്ന് ഓടിച്ചു. സിനയീദ എന്നെ മടക്കി അയയ്ക്കുമ്പോഴൊക്കെ ഞാൻ എന്റെ മുറിയിൽ ചെന്ന്

വാതിലടച്ചിരിക്കുകയോ തോട്ടത്തിന്റെ മറ്റേ അറ്റത്തേക്ക് പോവുകയോ ചെയ്തിരുന്നു. തോട്ടത്തിന്റെ അങ്ങേയറ്റത്ത് പൊക്കമുള്ള ഇഷ്ടിക മതിലുകളാൽ ചുറ്റപ്പെട്ട ഒരു സസ്യസംരക്ഷണശാലയുണ്ടായിരുന്നു. അതിന്റെ റോഡിനഭിമുഖമായുള്ള ജീർണ്ണിച്ച മതിലിനു മുകളിൽ കയറി കാലുകൾ തൂക്കിയിട്ട്, ഒന്നും കാണാത്ത കണ്ണുകൾ കൊണ്ട് ചുറ്റും നോക്കി, ഞാൻ മണിക്കൂറുകളോളം വെറുതെ ഇരുന്നു. പൊടിപിടിച്ച ചൊറിയണച്ചെടികളുടെ മുകളിൽ വെളുത്ത ചിത്രശലഭങ്ങൾ മെല്ലെ പറന്നു നടന്നു. കുസൃതിക്കാരനായ ഒരു കുരുവി പൊളിഞ്ഞ ഒരിഷ്ടികയുടെ മുകളിൽ വന്നിരുന്ന് വാശിയോടെ ചിലയ്ക്കുകയും വട്ടം കറങ്ങുകയും വാലു വിടർത്തുകയും ചെയ്തു. എന്നെ ഇപ്പോഴും സംശയദൃഷ്ടിയോടെ ശ്രദ്ധിച്ചിരുന്ന കാക്കകൾ ഒരു ബർച്ച് മരത്തിന്റെ ഇലകളില്ലാത്ത കുടുന്നയിലിരുന്ന് ഇടയ്ക്കിടെ കാ-കാ എന്നു കരഞ്ഞു. ആ ബർട്ടിന്റെ വണ്ണം കുറഞ്ഞ കൊമ്പുകളെ വെയിലും കാറ്റും മെല്ലെ തലോടിക്കൊണ്ടിരുന്നു. ചിലപ്പോൾ ദോൻസ്കോയ് പള്ളി[3]യിലെ മണിയുടെ പ്രശാന്തമായ മുഴക്കം എനിക്കു കേൾക്കാൻ കഴിഞ്ഞിരുന്നു. ചുറ്റും നോക്കുകയും ചെവികൂർപ്പിച്ചു ശ്രദ്ധിക്കുകയും ചെയ്തുകൊണ്ട് അവിടെയിരിക്കുമ്പോൾ ഹൃദയത്തിൽ അനിർവ്വചനീയമായ ഒരനുഭൂതി നിറഞ്ഞു കവിയും. ദുഃഖവും സന്തോഷവും ഭാവിയെ പറ്റിയുള്ള ഉൽക്കണ്ഠയും ജീവിതാസക്തിയും, ജീവിതത്തെപ്പറ്റിയുള്ള ഭയവും എല്ലാമെല്ലാം അതിൽ അന്തർലീനമായിരുന്നു. എന്നാൽ ഇതൊന്നും അന്ന് എനിക്ക് മനസ്സിലായിരുന്നില്ല. എന്റെയുള്ളിൽ പതഞ്ഞുപൊങ്ങുന്ന വികാരത്തിന് ഒരു പേരു കണ്ടുപിടിക്കാൻ അന്നെനിക്കു കഴിയുമായിരുന്നില്ല. അഥവാ കഴിഞ്ഞിരുന്നെങ്കിൽത്തന്നെ അതു സിനയീദ എന്നല്ലാതെ മറ്റൊന്നുമായിരിക്കാൻ തരമില്ലായിരുന്നു.

അക്കാലമത്രയും പൂച്ച എലിയെ കളിപ്പിക്കുംപോലെ സിനയീദ എന്നെ ഇട്ടു കളിപ്പിച്ചുകൊണ്ടിരുന്നു. അവൾ എന്നോടു ശൃംഗരിക്കുമ്പോൾ ഞാൻ ഉരുകുകയും ഉദ്വേഗഭരിതനാകുകയുംചെയ്തു. അവൾ എന്നെ തള്ളി മാറ്റുമ്പോൾ അവളുടെ അടുത്തു പോകാനോ അവളുടെ മുഖത്തു നോക്കാനോ ധൈര്യമില്ലാതെ ഞാൻ ഉഴന്നു.

തുടർച്ചയായി കുറെ ദിവസത്തേക്ക് അവൾ എന്നിൽനിന്ന് അകന്നു നിന്നതായി ഞാൻ ഓർമ്മിക്കുന്നു. ഞാൻ നിരാശനായിത്തീർന്നു. അവളുടെ വീട്ടിലേക്ക് അറച്ചറച്ചു കടന്നു ചെന്ന് ഞാൻ പ്രഭ്വിയെ ചുറ്റിപ്പറ്റി നിന്നു. പ്രഭ്വി അങ്ങേയറ്റം ക്ഷോഭിച്ചിരുന്ന ഒരു സമയമായിരുന്നു അത്. അവരുടെ സാമ്പത്തിക സ്ഥിതി വളരെ മോശമായിരുന്നു. പോലീസ് സ്റ്റേഷനിൽ ചെന്ന് വിശദീകരണം കൊടുക്കാൻ അവർ രണ്ടുപ്രാവശ്യം നിർബന്ധിതയായി.

ഒരിക്കൽ തോട്ടത്തിലെ മതിലിനരികിലൂടെ നടന്നുപോകുമ്പോൾ ഞാൻ സിനയീദയെ കണ്ടു. കൈകൾ പിറകോട്ടുകുത്തി പുല്ലിൽ

3 ദോൺസ്കോയ് പള്ളി—16-ാം നൂറ്റാണ്ടിൽ ഫ്യോദർ ഇവാനൊവിച്ച് എന്ന ചക്രവർത്തി ഉണ്ടാക്കിയിയ മോസ്കോയിലെ ഒരു പള്ളി.

നിശ്ചലായി ഇരിക്കുകയായിരുന്നു അവൾ. ഞാൻ ശബ്ദമുണ്ടാക്കാതെ കടന്നുപോകാൻ ഭാവിച്ചതാണ്. എന്നാൽ ആ നിമിഷത്തിൽ അവൾ തലയുയർത്തി എന്തോ ഒരാംഗ്യം കാണിച്ചു. വേരു മുളച്ചതുപോലെ ഞാൻ അവിടെ നിന്നുപോയി. അവൾ എന്താണുദ്ദേശിച്ചതെന്ന് എനിക്കു പിടികിട്ടിയില്ല. അവൾ വീണ്ടും ശിരസ്സു ചലിപ്പിച്ചു. ഞാൻ മതിൽ ചാടിക്കടന്ന് ആഹ്ലാദഭരിതനായി അവളുടെ അടുത്തേക്ക് ഓടിച്ചെന്നു. എന്നാൽ അവളുടെ കണ്ണുകൾ എന്നെ തടഞ്ഞുനിർത്തി, അവൾ ഇരുന്നിരുന്നിടത്തു നിന്ന് രണ്ടു ചുവടകലെയുള്ള നടപ്പാതയിലേക്ക് ചൂണ്ടിക്കാട്ടി. എന്തു ചെയ്യണമെന്നറിയാതെ അമ്പരന്ന് ഞാൻ പാതയ്ക്കരികൽ മുട്ടുകുത്തി നിന്നു. അവളുടെ വിളർച്ചയും ആ മുഖത്ത് പ്രകടമായിരുന്ന കഠിനമായ ദുഃഖവും പാരവശ്യവും കണ്ട് എന്റെ ഹൃദയം നീറി. അറിയാതെ ഞാൻ ചോദിച്ചുപോയി:

"എന്തു പറ്റി?"

സിനയീദ കൈ നീട്ടി ഒരു പുൽനാമ്പു പറിച്ചെടുത്തു. അവൾ അതു ചവച്ചിട്ട് ദൂരേയ്ക്കു വലിച്ചെറിഞ്ഞു.

"നിനക്ക് എന്നോടു സ്നേഹമുണ്ട്, ഇല്ലേ?" ഒടുവിൽ അവൾ ചോദിച്ചു. "പറയൂ."

ഞാൻ ഉത്തരം പറഞ്ഞില്ല. വാസ്തവത്തിൽ അതിന്റെ ആവശ്യമുണ്ടായിരുന്നില്ല.

"ഉണ്ട്, എനിക്കറിയാം." എന്നെത്തന്നെ നോക്കിക്കൊണ്ടു അവൾ പറഞ്ഞു. "എനിക്കറിയാം. അതേ കണ്ണുകൾ," എന്ന് തുടർന്നു പറഞ്ഞിട്ട് അവൾ ചിന്താഭരിതയായി മുഖം പൊത്തി. "എനിക്ക് എല്ലാം മടുത്തു." അവൾ മന്ത്രിച്ചു. "ഭൂമിയുടെ അറ്റം വരെ പോകാൻ ഞാൻ തയ്യാറാണ്, എനിക്കതു സഹിക്കാൻ കഴിയുന്നില്ല. എനിക്കിതു താങ്ങാനാവില്ല... എന്തൊക്കെയാണ് എനിക്കു വരാൻ പോകുന്നത്? എത്ര കഠിനമാണിത്! ദൈവമേ, എത്ര ഭയങ്കരമാണിത്!"

"എന്താണെന്നു പറയൂ," ഞാൻ പേടിച്ചുപേടിച്ചു ചോദിച്ചു.

അതിനുത്തരമായി സിനയീദ തോളുകൾ ചലിപ്പിക്കുകമാത്രമാ മാത്രമാണ് ചെയ്തത്. ഉൽക്കടമായ വിഷമത്തോടെ അവളെ ഉറ്റുനോക്കി കൊണ്ട് ഞാൻ അതേപടി നിന്നു. അവൾ ഉച്ചരിച്ച ഓരോ വാക്കും കഠാരിമുനപോലെ എന്റെ ഹൃദയത്തിൽ തറച്ചുകയറി. അവളുടെ ദുഃഖം അകറ്റാൻ വേണ്ടി എന്നെത്തന്നെ ബലികഴിക്കുവാൻ ആ നിമിഷത്തിൽ ഞാൻ തയ്യാറായിരുന്നു. അവളുടെ ദുഃഖത്തിനു കാരണമെന്തെന്ന് ഊഹിക്കാൻ കഴിയാതെ അവളെ നോക്കിയിരിക്കെ എന്റെ ഭാവനയിൽ ഒരു രംഗം തെളിഞ്ഞു വന്നു—സങ്കടം സഹിക്കാനാവാതെ അവൾ തോട്ടത്തിലേക്ക് ഓടിവരുന്നതും വെട്ടിയിട്ട തടിപോലെ നിലത്തു വീഴുന്നതും കൺമുന്നിൽ കാണുന്നതുപോലെ എനിക്കു തോന്നി. തോട്ടത്തിലുള്ള സർവ്വതും പച്ചനിറമാർന്ന്, വെളിച്ചത്തിൽ മുങ്ങിക്കിടന്നു. ഇളം

കാറ്റ് ഇലകളെ മെല്ലെ ഉലച്ചു. ഇടയ്ക്കിടെ അത് സിനയീദയുടെ തലയ്ക്കു മുകളിലുണ്ടായിരുന്ന റാസ്ബെറി തണ്ടുകളെ പിടിച്ചുകുലുക്കി.

ദൂരെ എവിടെയോ ഇരുന്ന് പ്രാവുകൾ കുറുങ്ങി. അനിബിഡമായി വളർന്നുനിന്ന പുല്ലിന്റെ മുകളിലൂടെ താണുപറന്നുകൊണ്ട് തേനീച്ചകൾ മുരണ്ടു. തലയ്ക്കു മുകളിൽ നീലാകാശം പുഞ്ചിരിതൂകിക്കൊണ്ടിരുന്നു. എങ്കിലും കഠിനമായ വിഷാദം എന്നെ ഗ്രസിച്ചു.

"ഏതെങ്കിലും ഒരു കവിത ചൊല്ലിക്കേൾപ്പിക്കൂ," ഒരു കൈമുട്ടൂന്നി ഇരുന്നുകൊണ്ട് സിനയീദ താണസ്വരത്തിൽ പറഞ്ഞു. "എനിക്കു നീ കവിത ചൊല്ലുന്നതു കേൾക്കാൻ ഇഷ്ടമാണ്. നീ അതു പാടുകയാണു ചെയ്യുന്നത്. പക്ഷേ അതു സാരമില്ല, അതിൽ യുവചൈതന്യം തുളുമ്പി നിൽക്കുന്നു, "ജോർജിയയിലെ കുന്നുകൾ[4] എന്ന കവിത ചൊല്ലു. പക്ഷേ ഇരുന്നിട്ട് തുടങ്ങിയാൽ മതി."

ഞാൻ പുല്ലിലിരുന്ന് കവിത ചൊല്ലിത്തുടങ്ങി.

"പ്രേമിക്കാതിരിക്കുവാൻ കഴിവില്ലതിന്നേതും...[5] അവസാനത്തെ വരി സിനയീദ ഏറ്റുപാടി. "ഇതാണ് കവിതയുടെ മേന്മ. അത് ഇല്ലാത്ത വസ്തുക്കളെപ്പറ്റി പറയുകയും അവ യഥാർത്ഥത്തിൽ ഉള്ളവയെക്കാൾ കൂടുതൽ മെച്ചമാണെന്നു മാത്രമല്ല കൂടുതൽ യഥാർത്ഥമാണെന്നുകൂടി വിശ്വസിപ്പിക്കുകയും ചെയ്യുന്നു... 'പ്രേമിക്കാതിരിക്കുവാൻ കഴിവില്ലതിന്നേതും.'—അതായത് പ്രേമിക്കാൻ ഹൃദയത്തിന് ആഗ്രഹമില്ല എങ്കിലും പ്രേമിക്കാതിരിക്കാൻ അതിനു കഴിയുകയും ഇല്ല എന്നർത്ഥം. കുറച്ചു നേരം മൗനം പൂണ്ടിരുന്നിട്ട് പെട്ടെന്ന് ഒരു ഞെട്ടലോടെ ചാടിയെണീറ്റു. "വരൂ! മയ്ദാനൊവ് അമ്മയുടെയടുത്ത് ഇരിക്കുന്നുണ്ട്. അയാൾ രചിച്ച കവിതയുമായി എന്നെ കാണാൻ വന്നതാണ്. ഞാൻ അവിടുന്ന് സ്ഥലം വിട്ടു. അയാളും വിഷണ്ണനാണ്... പക്ഷേ ഞാനെന്തുചെയ്യും? ഒരു ദിവസം നിനക്ക് എല്ലാം മനസ്സിലാകും... ഇപ്പോൾ എന്നോട് ദേഷ്യം തോന്നരുത്. കേട്ടോ!"

എന്റെ കയ്യിൽ ധൃതിയിൽ ഒന്നമർത്തിയിട്ട് സിനയീദ മുമ്പേ ഓടി. ഞങ്ങൾ ഒരുമിച്ചാണ് വീട്ടിനുള്ളിൽ കയറിയത്. അന്ന് അച്ചടിച്ചു പുറത്തിറങ്ങിയ "കൊലപാതകി" എന്ന തന്റെ കവിത മയ്ദാനൊവ് വായിച്ചു തുടങ്ങി. എന്നാൽ ഞാൻ അത് അശേഷം ശ്രദ്ധിച്ചില്ല. അയാൾ വലിച്ചു നീട്ടി പാടിയ ഏകാന്തരാന്ത്യ പ്രാസത്തോടുകൂടിയ ദ്വിമാത്രികം ഹിമശകടത്തിന്റെ മണിയടിപോലെ പൊള്ളയായി ഉറക്കെ മുഴങ്ങിക്കൊണ്ടിരുന്നു. സിനയീദ എന്നോടു പറഞ്ഞതിന്റെയൊക്കെ പൊരുൾ കണ്ടുപിടിക്കാനായി ഞാൻ അവളുടെ മുഖത്തുതന്നെ നോക്കിക്കൊണ്ടിരിക്കുയായിരുന്നു അപ്പോൾ.

---

4 "ജോർജിയയിലെ കുന്നുകൾ " (1829)...—അലക്സാണ്ടർ പുഷ്കിന്റെ ഒരു കവിത.

5 പ്രേമിക്കാതിരിക്കുവാൻ കഴിവില്ലതിന്നേതും...—ജോർജിയയിലെ കുന്നുകൾ" എന്ന കവിതയിലെ അവസാനത്തെ വരി.

പെട്ടെന്നൊരു പ്രതിയോഗി
നിങ്ങളെ പിന്നിലാക്കിയോ?

മയ്ദാനോവ് അനുനാസികസ്വരത്തിൽ ഉറക്കെ പാടി. എന്റെ കണ്ണുകൾ സിനയീദയുടെ മിഴികളുമായി ഇടഞ്ഞു. അവൾ പെട്ടെന്ന് മിഴികൾ താഴ്ത്തി, അവളുടെ മുഖം തുടുക്കുന്നതു ഞാൻ കണ്ടു. അതു കണ്ടപ്പോൾ എന്റെ ഉള്ളു കത്തി. മുമ്പും അസൂയ എന്നെ പിടികൂടിയിട്ടുണ്ട്. എന്നാൽ അവൾ ആരെയെങ്കിലും പ്രേമിക്കുന്നുണ്ടെന്ന ചിന്ത അതിനു മുമ്പൊരിക്കലും എന്റെ മനസ്സിൽ ഉദിച്ചിരുന്നില്ല. "ദൈവമേ! അവൾ ആരെയോ പ്രേമിക്കുന്നുണ്ട്!"

X

എന്റെ യഥാർത്ഥ ദണ്ഡന തുടങ്ങിയത് അപ്പോഴാണ്. ആലോചിച്ചാലോചിച്ച് ഞാൻ തല പുണ്ണാക്കി, കഴിയുന്നത്ര ഗോപ്യമായി നിരന്തരം സിനയീദയെ നിരീക്ഷിച്ചു തുടങ്ങി. അവൾക്ക് സ്പഷ്ടമായും ചില മാറ്റങ്ങൾ വന്നിരുന്നു. ഏകയായി ദീർഘനേരം നടക്കാൻ പോകുന്നത് അവൾ പതിവാക്കിത്തുടങ്ങി. ചിലപ്പോൾ സന്ദർശകരെ സ്വീകരിക്കാതെ അവൾ മണിക്കൂറുകളോളം സ്വന്തം മുറിയിൽ അടച്ചുപൂട്ടിയിരിക്കും. അതൊന്നും അവളുടെ പ്രകൃതമായിരുന്നില്ല. പെട്ടെന്ന് എനിക്ക് അസാധാരണമായ ദൃഷ്ടിക്കൂർമ്മത കൈവന്നു—അഥവാ എനിക്കങ്ങിനെ തോന്നി. "ഇയാളാണോ? അതോ ഇയാളോ"? സിനയീദയുടെ ആരാധകരിൽ ഓരോരുത്തരേയും മാറി മാറി സംശയിച്ചുകൊണ്ടു ഞാൻ ഉൾകണ്ഠയോടെ സ്വയം ചോദിച്ചുകൊണ്ടിരുന്നു. കൂട്ടത്തിൽ ഏറ്റവും അപകടകാരി കൗണ്ട് മലേവ്സ്കിയാണെന്ന് ഞാൻ തീരുമാനിച്ചു. (അങ്ങനെ ഒരു നിഗമനത്തിലെത്തിയപ്പോൾ സിനയീദയെ ഓർത്ത് എനിക്ക് ലജ്ജ തോന്നി.)

എന്റെ നിരീക്ഷണം എന്റെ മൂക്കിന് താഴെ മാത്രം ഒതുങ്ങിനിന്നു, അതു ഗോപ്യമായി വയ്ക്കാനുള്ള എന്റെ ശ്രമം ആരേയും കബളിപ്പിച്ചുമില്ല. ഡോക്ടർ ലൂഷിന് അപ്പോൾത്തന്നെ കാര്യം പിടികിട്ടി. എന്നാൽ ആയിടെ അയാൾതന്നെ ആളാകെ മാറിയിരുന്നു. അയാളുടെ ദേഹം ക്ഷീണിച്ചു. അയാൾ പഴയതുപോലെതന്നെ ധാരാളം ചിരിക്കാറുണ്ടായിരുന്നെങ്കിലും അതിപ്പോൾ പൊള്ളയും കയ്പേറിയതും ഹ്രസ്വവുമായിരുന്നു. അയാളുടെ സംസാരത്തിൽ മുമ്പുണ്ടായിരുന്ന പരിഹാസച്ചുവയും മനപ്പൂർവ്വം പ്രകടമാക്കിയിരുന്ന സർവ്വപുച്ഛമനോഭാവവും ഇപ്പോൾ സ്വയം അടക്കാനാവാത്ത ഒരുതരം ഈർഷ്യക്ക് വഴി മാറിക്കൊടുത്തിരുന്നു. "ചെറുപ്പക്കാരാ, താൻ എപ്പോഴും ഇവിടെ വരുന്നതെന്തിനാണ്?" ഒരു ദിവസം ഞാനും ലൂഷിനും പ്രഭ്വിയുടെ സ്വീകരണമുറിയിൽ ഒറ്റയ്ക്കിരിക്കുമ്പോൾ അയാൾ എന്നോടു ചോദിച്ചു.(സിനയീദ നടക്കാൻ പോയിട്ട് തിരിച്ചു വന്നിരുന്നില്ല. അവളുടെ അമ്മ കാതു തുളയ്ക്കുന്ന ശബ്ദത്തിൽ വേലക്കാരിയെ ശകാരിക്കുന്ന ശബ്ദം മാത്രം അവിടെ മുഴങ്ങിക്കൊണ്ടിരുന്നു.) "ഈ ചെറുപ്രായത്തിൽ താൻ പഠിക്കുകയും ജോലിചെയ്യുകയുമാണ് വേണ്ടത്—പക്ഷേ താൻ എന്താണു ചെയ്യുന്നത്?"

“ഞാൻ വീട്ടിലിരുന്ന ജോലി ചെയ്യുന്നില്ലെന്ന് നിങ്ങൾ എങ്ങനെ യറിഞ്ഞു?” ധിക്കാരപൂർവ്വം അങ്ങനെ ഞാൻ ചോദിച്ചെങ്കിലും എന്റെ പരിഭ്രമം വെളിപ്പെടുത്താൻ മാത്രമാണ് അതുപകരിച്ചത്.

“അതെനിക്കറിഞ്ഞുകൂടേ? ജോലിയെപ്പറ്റിയല്ല ഇപ്പോൾ തന്റെ ചിന്ത. ഞാൻ തർക്കിക്കാനുദ്ദേശിക്കുന്നില്ല... തന്റെ പ്രായത്തിൽ ഇതു സ്വാഭാവികമാണ്. പക്ഷേ താൻ തികച്ചും നിർഭാഗ്യകരമായ ഒരിടമാണു തിരഞ്ഞെടുത്തത്. ഇത് എങ്ങനെയുള്ള ഒരു വീടാണെന്ന് തനിക്കു കാണാൻ വയ്യേ?”

“എനിക്കു മനസ്സിലായില്ല,” ഞാൻ പറഞ്ഞു.

“മനസ്സിലായില്ലേ? അതാണ് കൂടുതൽ കഷ്ടം! തനിക്കു മുന്നറിയിപ്പു തരേണ്ടത് എന്റെ കടമയാണെന്ന് ഞാൻ കരുതുന്നു. എന്നെപ്പോലുള്ള പ്രായംചെന്ന അവിവാഹിതർ ഇവിടെ വരുന്നതിൽ തെറ്റില്ല. ഞങ്ങൾ എന്തെല്ലാം കാണുകയും കേൾക്കുകയും ചെയ്തവരാണ്! ഞങ്ങൾക്കു ഒരു കേട്ടും പറ്റാനില്ല. പക്ഷേ തന്റേത് ഇളം തൊലിയാണ്. ഈ അന്തരീക്ഷം തനിക്കു പറ്റിയതല്ല. എന്നെ വിശ്വസിക്കൂ. തനിക്കു രോഗം പിടിപെട്ടേക്കും.

“അതെങ്ങനെ?”

“ഞാൻ പറയാം. ഇപ്പോഴത്തെ തന്റെ അവസ്ഥ ആരോഗ്യകരമാണെന്ന് താൻ വിചാരിക്കുന്നുണ്ടോ? ഇതു ശരിയാണോ? ഇപ്പോഴത്തെ തന്റെ മനോവ്യാപാരങ്ങൾ തനിക്കു നല്ലതിനാണോ? പറയൂ.”

“എന്റെ മനോവ്യാപരങ്ങളോ?” എന്നു ഞാൻ ചോദിച്ചെങ്കിലും ഡോക്ടർ പറയുന്നത് ശരിയാണെന്ന് എന്റെ ഉള്ളിന്റെ ഉള്ളിൽ എനിക്കറിയാമായിരുന്നു.

“ചെറുപ്പക്കാരാ! ചെറുപ്പക്കാരാ!” എനിക്ക് അങ്ങേയറ്റം അപമാനകരമായ എന്തോ ഒന്ന് അതിലടങ്ങിയിട്ടുണ്ടെന്ന മട്ടിൽ എന്നെ അങ്ങനെ തറപ്പിച്ചു വിളിച്ചുകൊണ്ട് ഡോക്ടർ തുടർന്നു. “താൻ ഒരു കൗശലക്കാരനല്ല, ഭാഗ്യവശാൽ തന്റെ മുഖം ഇപ്പോഴും ആത്മാവിന്റെ കണ്ണാടിയാണ്! പക്ഷേ സംസാരിക്കുന്നതു കൊണ്ടെന്തു ഫലം? ഞാനും...” (ഡോക്ടർ പല്ലുകടിച്ചുകൊണ്ടാണ് ബാക്കി പറഞ്ഞത്) “ഞാനും അത്തരം ഒരു വിഡ്ഢിയല്ലായിരുന്നെങ്കിൽ ഇവിടെ ഇങ്ങനെ ചുറ്റിപ്പറ്റി നടക്കുകയില്ലായിരുന്നു. ഒരു കാര്യം മാത്രം എനിക്കു മനസ്സിലാക്കാൻ കഴിയുന്നില്ല—അതായത് തന്നെപ്പോലെ ബുദ്ധിമാനായ ഒരാൾക്കു ഇവിടെ നടക്കുന്നതെന്താണെന്ന് കാണാൻ കഴിയാത്തതെന്തുകൊണ്ടാണ്?”

“എന്താണിവിടെ നടക്കുന്നത്?” ഞാൻ ചോദിച്ചു. പരിഹാസം കലർന്ന ഒരുതരം അനുകമ്പയോടെ ഡോക്ടർ എന്നെ നോക്കി.

“ഞാനും ആളു കൊള്ളാം! ഞാൻ എന്തിന് അയാളോട് ഇതൊക്കെ പറയുന്നു?” സ്വയം പിറുപിറുക്കുന്നതുപോലെ ഡോക്ടർ പറഞ്ഞു.

അനന്തരം സ്വരം ഉയർത്തി അയാൾ തുടർന്നു: "ചുരുക്കിപ്പറഞ്ഞാൽ— ഞാൻ ആവർത്തിക്കുകയാണ്—ഈ അന്തരീക്ഷം തനിക്കു നല്ലതല്ല. തനിക്കിത് രസകരമായിരിക്കാം പക്ഷേ അതുകൊണ്ടെന്താ? ഒരു സസ്യോദ്യാനശാലയുള്ളിലും സുഖകരമായ വാസനയുണ്ടായിരിക്കും പക്ഷേ അവിടെ മനുഷ്യർക്കു താമസിക്കാൻ കഴിയുകയില്ലല്ലോ. സുഹൃത്തേ, ഞാൻ പറയുന്നതു കേൾക്കു, പോയി പാഠപുസ്തകം കയ്യിലെടുക്കു."

ആ സമയം പ്രഭ്വി മുറിയിലേക്കു കയറി വന്ന് തനിക്ക് പല്ലുവേദനയാണെന്ന് ഡോക്ടറോടും പറഞ്ഞു. അല്പം കഴിഞ്ഞ് സിനയീദയും അവിടെ എത്തി.

"ഡോക്ടർ, ഇവളെ ഒന്നു ഗുണദോഷിക്കു," പ്രഭ്വി പറഞ്ഞു. "ഇവൾ നേരം വെളുക്കുമ്പോൾ മുതൽ ഐസിട്ട വെള്ളം കുടിച്ചുകൊണ്ടിരിക്കും. നെഞ്ചുവേദനക്കാരിയായ ഇവൾക്കിതു നല്ലതാണോ?"

"എന്തിനാണു നിങ്ങൾ ഇങ്ങനെ ചെയ്യുന്നത്?" ലൂഷിൻ സിനയീദയോടു ചോദിച്ചു.

"അതു കൊണ്ടെന്താ കുഴപ്പം?"

"കുഴപ്പമോ? തണുപ്പടിച്ച് നിങ്ങൾ മരിച്ചെന്നു വരാം."

"കാര്യമായി പറയുകയാണോ? അപ്പറഞ്ഞതു നേരാണോ? എങ്കിൽ ഞാൻ അതത്ര കാര്യമാക്കുന്നില്ല."

"ഓഹോ, അങ്ങനെയാണോ!" ഡോക്ടർ പിറുപിറുത്തു.

സിനയീദയുടെ അമ്മ ആ മുറിയിൽനിന്നു പോയി.

"അതെ, അങ്ങനെതന്നെയാണ്," സിനയീദ പറഞ്ഞു.

"അത്ര ആകർഷകമായ ഒരു സംഗതിയാണോ ജീവിതം? ചുറ്റും സൂക്ഷിച്ചുനോക്കു... എല്ലാം വളരെ നല്ലതാണെന്നു തോന്നുന്നുണ്ടോ? എനിക്കിതൊന്നും മനസ്സിലാകുന്നില്ലെന്നും ഇതൊന്നും എന്നെ സ്പർശിക്കുന്നില്ലെന്നുമാണോ നിങ്ങളുടെ വിചാരം? ഐസിട്ട വെള്ളം കുടിക്കുന്നത് എനിക്കൊരു സുഖമാണ്. സന്തുഷ്ടിയുടെ കാര്യം ഞാൻ പറയുന്നില്ല. സുഖത്തിനുവേണ്ടി, ഒരു നിമിഷത്തെ സുഖത്തിനുവേണ്ടി ഇത്തരമൊരു ജീവിതം അപകടപ്പെടുത്തരുതെന്ന് നിങ്ങൾ എന്നെ വിശ്വസിപ്പിക്കാൻ ശ്രമിക്കുന്നു."

"മനസ്സിലായി." ലൂഷിൻ അഭിപ്രായപ്പെട്ടു. "ചാപല്യവും സ്വാതന്ത്ര്യവും, ഇതു രണ്ടുമാണ് നിങ്ങളുടെ പ്രകൃതത്തിന്റെ ആകെത്തുക."

സിനയീദ സംഭ്രമത്തോടെ പൊട്ടിച്ചിരിച്ചു.

"എന്റെ പ്രിയപ്പെട്ട ഡോക്ടർ, നിങ്ങൾ പഴയ കാര്യമാണു പറയുന്നത്. നിങ്ങൾ ഒരു നല്ല നിരീക്ഷകനല്ല. നിങ്ങൾ കാലത്തിനു പിന്നിലാണ്. കണ്ണടവച്ചു സൂക്ഷിച്ചു നോക്കു. അപ്പോൾ നിങ്ങൾക്കു കാണാൻ കഴിയും ചാപല്യം കാണിക്കാനുള്ള ഒരവസ്ഥയിലല്ല ഞാനെന്ന്.

നിങ്ങളെയെല്ലാവരേയും കൂട്ടത്തിൽ എന്നെത്തന്നേയും കബളിപ്പിക്കുന്നതു നല്ലൊരു നേരമ്പോക്കാണ്. പക്ഷേ സ്വാതന്ത്ര്യത്തിന്റെ കാര്യം പറഞ്ഞാൽ... മെസ്യേ വൊൽദെമാർ," പെട്ടെന്ന് അവൾ കാലു നിലത്ത് ആഞ്ഞു ചവിട്ടിക്കൊണ്ട് എന്റെ നേരെ നോക്കി പറഞ്ഞു. "ഇങ്ങനെ മുഖം കോട്ടി നില്ക്കരുതേ, എന്നോട് സഹതാപം കാണിക്കുന്നത് എനിക്കു തീരെ ഇഷ്ടമല്ല." അവൾ പെട്ടെന്ന് മുറിയിൽനിന്ന് ഇറങ്ങിപ്പോയി.

"ചെറുപ്പക്കാരാ, ഈ അന്തരീക്ഷം, മോശമാണ്. തീരെ മോശമാണ്." ലൂഷിൻ ആവർത്തിച്ചു.

XI

ആ സായാഹ്നത്തിൽ പതിവു സന്ദർശകരെല്ലാം സസേകിൻ ഭവനത്തിൽ ഒത്തുകൂടി. ഞാനും കൂട്ടത്തിലുണ്ടായിരുന്നു.

മയ്ദാനൊവിന്റെ കവിതയെപ്പറ്റിയായിരുന്നു ചർച്ച. സിനയീദ ആത്മാർത്ഥമായി അതിനെ പുകഴ്ത്തി. "പക്ഷേ ഒരു കാര്യം പറയാം!" അവൾ പറഞ്ഞു. "ഞാൻ ഒരു കവിയായിരുന്നെങ്കിൽ കവിതയെഴുതാൻ മറ്റു ചില വിഷയങ്ങൾ തിരഞ്ഞെടുക്കുമായിരുന്നു. അസംബന്ധമായിരിക്കാം. എങ്കിലും ആകാശത്തിൽ ചാരനിറവും ഇളം ചുവപ്പുനിറവും പടർന്നു തുടങ്ങുന്ന വെളുപ്പാൻകാലത്ത്, ഉറക്കം വരാതെ കിടക്കുമ്പോൾ, വിചിത്രങ്ങളായ പല ആശയങ്ങളും എന്റെ തലയിൽ കടന്നുകൂടാറുണ്ട്. ഉദാഹരണത്തിന് ഞാൻ... ഞാനതു പറഞ്ഞാൽ നിങ്ങൾ എന്നെ പരിഹസിക്കും."

"ഇല്ല, ഇല്ല," എല്ലാവരും ഒരേസമയത്തു പറഞ്ഞു.

"എന്നാൽ പറയാം." കൈ കെട്ടിയിരുന്ന് വിദൂരതയിലേക്കു നോക്കിക്കൊണ്ട് അവൾ തുടർന്നു. "രാത്രി സമയം. പ്രശാന്തമായ ഒരരുവിയിൽ ഒരു വലിയ വഞ്ചി നില്ക്കുന്നു, ഒരു സംഘം പെൺകിടാങ്ങൾ ആ വഞ്ചിയിലുണ്ട്. ചന്ദ്രബിംബം തിളങ്ങിക്കൊണ്ടിരിക്കുന്നു. ശുഭ്ര വസ്ത്രങ്ങളും വെളുത്ത പൂമാലകളും അണിഞ്ഞ ആ പെൺകൊടികൾ പ്രാർത്ഥനാഗാനം പോലെ തോന്നിക്കുന്ന ഒരു പാട്ടു പാടിക്കൊണ്ടിരിക്കുകയാണ്."

"മനസ്സിലായി. മനസ്സിലായി, ബാക്കികൂടി പറയൂ." മയ്ദാനൊവ് സ്വപ്നത്തിലെന്നപോലെ അർത്ഥഗർഭമായി പറഞ്ഞു

"പെട്ടെന്ന് കരയിൽ ആർപ്പുവിളികളും അട്ടഹാസങ്ങളും ചെണ്ടയുടെ ശബ്ദവും ഉയരുന്നു—പന്തങ്ങൾ പ്രത്യക്ഷപ്പെടുന്നു. പാട്ടുപാടുകയും വിളിച്ചുകൂവുകയും ചെയ്തുകൊണ്ട് ഒരു സംഘം മദ്യാരാധകർ അങ്ങോട്ട് ഓടിയെത്തുന്നു. ശ്രീമാൻ കവി, ഈ രംഗം ചിത്രീകരിക്കേണ്ടത് നിങ്ങളുടെ ജോലിയാണ്... എന്നാൽ എനിക്കു ചില നിർദ്ദേശങ്ങളുണ്ട്... പന്തങ്ങൾക്കു നല്ല ചുവപ്പായിരിക്കണം. ധാരാളം പുകയും വേണം, മദ്യാരാധകരുടെ തലയിൽ കറുത്ത പുഷ്പകിരീടങ്ങൾ വേണം, അവയ്ക്കിടയിൽ അവരുടെ കണ്ണുകൾ തിളങ്ങിക്കൊണ്ടിരിക്കണം. കടുവാതോലുകളും ചഷകങ്ങളും സ്വർണ്ണവും—കണക്കില്ലാത്ത സ്വർണ്ണവും—ഉണ്ടായിരിക്കണം.

"സ്വർണ്ണം എവിടെ ചേർക്കണം?" തന്റെ കോലൻ മുടി പിന്നിലേക്കു

കുടഞ്ഞിടുകയും നാസ്വാദ്വാരങ്ങൾ വിടർത്തുകയും ചെയ്തുകൊണ്ട് മയ്ദാനൊവ് പറഞ്ഞു.

"എവിടെ വേണമെന്നോ? തോളുകളിൽ, കൈത്തണ്ടകളിൽ, കാലുകളിൽ, എന്നു വേണ്ട സർവ്വാംഗം സ്വർണ്ണം അണിയിച്ചോളൂ. പഴയകാലത്ത് സ്ത്രീകൾ സ്വർണ്ണം കൊണ്ടുള്ള പാദസരങ്ങൾ അണിയാറുണ്ടായിരുന്നെന്നു കേട്ടിട്ടുണ്ട്. മദ്യാരാധകർ വഞ്ചിയിലിരിക്കുന്ന യുവതികളെ ഉറക്കെ വിളിച്ചു. യുവതികൾ പാട്ടു നിർത്തി—അവർക്കു പാടാൻ കഴിയുമായിരുന്നില്ല അവർ നിശ്ചലരായിരുന്നു. പെട്ടെന്ന് പെൺകിടാങ്ങളിലൊരുവൾ മെല്ലെ എണീറ്റുനിന്നു... ഈ ഭാഗം ഭംഗിയായി വർണ്ണിക്കണം. നിലാവെളിച്ചത്തിൽ അവൾ മന്ദം എഴുന്നേല്ക്കുന്നതും, അവളുടെ കൂട്ടുകാരികളുടെ അമ്പരപ്പും വർണ്ണിക്കാൻ നിന്ന് താഴെയിറങ്ങുന്ന. മദ്യാരാധകർ അവളെ വളയുകയും രാത്രിയുടെ ഇരുണ്ട കയങ്ങളിലേക്ക് അവളെ എടുത്തുകൊണ്ടു പോവുകയും ചെയ്യുന്നു... പുക, മേഘംപോലെ ഉയരുന്ന പുക എനിക്കു കാണാം, മദ്യാരാധകരുടെ കൂക്കിവിളികളും അട്ടഹാസങ്ങളും എനിക്കു കേൾക്കാം... അവളുടെ വെളുത്ത പൂമാല മണല്പുറത്ത് അനാഥമായി കിടക്കുന്നതും എനിക്കു കാണാം."

സിനയീദ സംസാരം നിർത്തി. "അവൾ പ്രേമബദ്ധയാണു," ഞാൻ സ്വയം പറഞ്ഞു.

"കഴിഞ്ഞോ?" മയ്ദാനൊവ് ചോദിച്ചു.

"കഴിഞ്ഞു."

ഒരു നീണ്ട കവിതയ്ക്കു പറ്റിയ വിഷയമല്ല ഇത്," മയ്ദാനൊവ് ഗമയോടെ പറഞ്ഞു. "ഈ ആശയം ഒരു ഭാവഗീതത്തിൽ പ്രയോജനപ്പെടുത്താം."

"റൊമാന്റിക് ശൈലിയിലോ?" മലേവ്സ്കി ചോദിച്ചു.

"അതെ, റൊമാന്റിക് ശൈലിയിൽ തന്നെ, ബൈറന്റെ കവിതകൾ പോലെ."

"എനിക്ക് ബൈറനെക്കാൾ കൂടുതൽ ഇഷ്ടം വിക്ടർ ഹ്യൂഗോയെയാണ്." കൗണ്ട് മലേവിസ്കി തട്ടിവിട്ടു.

"വിക്ടർ ഹ്യൂഗോ ഒന്നാന്തരം ഒരു സാഹിത്യകാരനാണ്." മയ്ദാനൊവ് പറഞ്ഞു. "എന്റെ സുഹൃത്തായ തൊൺകോഷേയെവ് തന്റെ സ്പാനിഷ് നോവലായ എൽ—ത്രൊവദാർ..."

"ചോദ്യചിഹ്നങ്ങൾ തലതിരിച്ച് അച്ചടിച്ചിട്ടുള്ള പുസ്തകത്തെയാണോ ഉദ്ദേശിക്കുന്നത്?" സിനയീദ ചോദിച്ചു.

"അതെ, അതു സ്പെയിൻകാരുടെ ഒരു പതിവാണ്. ഞാൻ പറയാൻ വന്നത് തൊൺകൊഷെയെവ്..."

"ക്ലാസിക്കൽ സരണിയേയും റൊമാന്റിക് സരണിയേയും കുറിച്ചുള്ള തർക്കം വീണ്ടും തുടങ്ങാനാണ് നിങ്ങളുടെ ഭാവം!" പിന്നെയും അയാളെ തടസ്സപ്പെടുത്തിക്കൊണ്ടു സിനയീദ പറഞ്ഞു. "നമുക്ക് മറ്റെന്തെങ്കിലും ചെയ്യാം..."

" 'പിഴയടക്കൽ' കളിച്ചാലെന്താ?" ലീഷിൻ ചോദിച്ചു.

"അതു വേണ്ട. എനിക്കതു മടുത്തു. നമുക്ക് ഉപമ പറയാം." (ഇത് സിനയീദ കണ്ടുപിടിച്ച ഒരു കളിയാണ്. ഒരു വസ്തു തിരഞ്ഞെടുത്തിട്ട് അതിനെപ്പറ്റി ഓരോരുത്തരും ഓരോ ഉപമ പറയണം. ഏറ്റവും സന്തോഷപ്രദമായ ഉപമ പറയുന്ന ആൾക്കു സമ്മാനം കിട്ടും.)

സിനയീദ ജനലിനടുത്തേക്കു നടന്നു. സൂര്യൻ അസ്തമിച്ചതേയുള്ളൂ. ചുവപ്പുനിറമാർന്ന നീണ്ട മേഘങ്ങൾ ആകാശത്തിൽ ഉയർന്നുയർന്നു പൊയ്ക്കൊണ്ടിരുന്നു.

"ആ മേഘങ്ങൾ കണ്ടാൽ എന്താണെന്നു തോന്നും?" സിനയീദ ചോദിച്ചു. "ആന്റണിയെ കാണാൻ ചെന്ന ക്ലിയോപാട്രയുടെ സ്വർണ്ണനൗക[6]യിലെ ചുവന്ന കപ്പൽപാകൾ പോലെയാണ് അവയെന്ന് എനിക്കു തോന്നുന്നു. ഇന്നാളൊരിക്കൽ നിങ്ങൾ അതേപ്പറ്റി പറഞ്ഞതോർക്കുന്നുണ്ടോ മയ്ദാനോവ്?"

ആ മേഘങ്ങൾ ആ കപ്പൽപാകളെപ്പോലെ തന്നെയാണെന്നും അതിലും നല്ലൊരുപമ കണ്ടുപിടിക്കാൻ ആർക്കും കഴിയുന്നില്ലെന്നും ഞങ്ങളെല്ലാവരും പൊളേനിയസ്സിന്റെ ആധികാരിക ഭാവത്തോടെ തീരുമാനിച്ചു.

"ആന്റണിക്ക് അന്നെന്തു പ്രായമുണ്ടായിരുന്നു?" സിനയീദ ചോദിച്ചു.

"ചെറുപ്പമായിരുന്നിരിക്കണം." മലേവ്സ്കി അഭിപ്രായപ്പെട്ടു.

"അതെ, ചെറുപ്പമായിരുന്നു," മയ്ദാനൊവ് തീർത്തു പറഞ്ഞു.

"ക്ഷമിക്കണം. ആന്റണിക്ക് അന്ന് നാല്പതു വയസ്സിൽ കൂടുതലുണ്ടായിരുന്നു," ലൂഷിൻ തിരുത്തി.

"നാല്പതിൽ കൂടുതൽ!" ലൂഷിന്റെ നേരെ ഒന്നു നോക്കിയിട്ട് സിനയീദ അതാവർത്തിച്ചു.

ഞാൻ വീട്ടിലേക്കു മടങ്ങി. "സിനയീദ ആരെയോ പ്രേമിക്കുന്നുണ്ട്," ഞാൻ അറിയാതെ മന്ത്രിച്ചു. "പക്ഷേ ആരെയായിരിക്കും?"

---

6 ക്ലിയോപാട്രയുടെ സ്വർണ്ണനൗക...—യവന ചരിത്രകാരനും തത്വചിന്തകനും സാഹിത്യകാരനുമായ പ്ലൂട്ടാർക്കിന്റെ (ക്രി.മു. 83-30) ജീവചരിത്രഗ്രന്ഥത്തിലെ നായികാനായകന്മാരായിരുന്ന ക്ലിയോപാട്രയും ആൻറണിയും.

XII

ദിവസങ്ങൾ കടന്നുപൊയ്ക്കൊണ്ടിരുന്നു. സിനയീദയുടെ പെരുമാറ്റം കൂടുതൽ വിചിത്രവും ദുർഗ്രഹവുമായിത്തീർന്നു. ഒരു ദിവസം ഞാൻ അവളുടെ മുറിയിൽ കടന്നുചെല്ലുമ്പോൾ മുഖം മേശപ്പുറത്ത് അമർത്തിക്കൊണ്ട് അവൾ ഒരു ചൂരൽക്കസേരയിൽ ഇരിക്കുകയായിരുന്നു. അവൾ നിവർന്നിരുന്നപ്പോൾ ആ കവിളുകളിൽ കണ്ണീരിന്റെ തിളക്കം ഞാൻ കണ്ടു.

“ഓ. ഇതു നീയാണോ?” ക്രൂരമായ പരിഹാസത്തോടെ അവൾ ചോദിച്ചു. “ഇവിടെ വരൂ!”

ഞാൻ അവളുടെ അടുത്തു ചെന്നിരുന്നു. അവൾ എന്റെ തലയിൽ കൈവച്ച് ഒരു മുടിച്ചുരുളിൽ പിടികൂടി അതു വലിച്ചു തുടങ്ങി.

“എനിക്കു വേദനിക്കുന്നുണ്ട്.” ഒടുവിൽ ഞാൻ പറഞ്ഞു.”വേദനയുണ്ട്, അല്ലേ? എനിക്ക് വേദനയില്ലെന്നാണോ വിചാരം?”

എന്റെ കുറേ മുടി അറിയാതെ അവൾ പിഴുതെടുത്തു. അതു കണ്ട് സ്വയം ഞെട്ടിക്കൊണ്ട് അവൾ പറഞ്ഞു. “അയ്യോ, ഞാനെന്താണു ചെയ്തത്! പാവം മെസ്യേ വൊൽദെമാർ!”

അവൾ ആ മുടി സൂക്ഷിച്ച് നിവർത്തിയെടുത്ത് ഒരു മോതിരംപോലെ വിരലിൽ ചുറ്റി.

“ഞാൻ ഈ മുടി എന്റെ ലോക്കറ്റിനുള്ളിൽവച്ച് കഴുത്തിലണിയും” നിറഞ്ഞ കണ്ണുകളോടെ അവൾ പറഞ്ഞു. “ഒരുപക്ഷേ അത് നിനക്ക് അല്പം ആശ്വാസം തരുമായിരിക്കും... ശരി, ഇപ്പോൾ പൊയ്ക്കോളൂ!”

ഞാൻ വീട്ടിൽ തിരിച്ചെത്തിയപ്പോൾ അവിടെ അസുഖകരമായ ഒരന്തരീക്ഷമായിരുന്നു. അച്ഛനും അമ്മയും തമ്മിൽ ചെറിയൊരു ഉരസൽ, അമ്മ എന്തോ കാര്യത്തിന് അച്ഛനെ കുറ്റപ്പെടുത്തിക്കൊണ്ടിരുന്നു. അച്ഛൻ തന്റെ പതിവുള്ള അക്ഷോഭ്യതയും സൗമ്യതയും കൈവെടിയാതെ മൗനം പൂണ്ട് അല്പനേരം ഇരുന്നിട്ട് അവിടുന്നു പോയി. അമ്മ പറഞ്ഞതെന്തെന്ന് ഞാൻ കേട്ടില്ല. പോരാത്തതിന് എനിക്കപ്പോൾ വേറെ പലതിനെപ്പറ്റിയും ചിന്തിക്കാനുണ്ടായിരുന്നല്ലോ. അച്ഛൻ പോയശേഷം അമ്മ എന്നെ അവരുടെ മുറിയിലേക്കു വിളിപ്പിച്ച്, ഞാൻ പ്രിൻസസ്സിന്റെ വീട്ടിൽ പതിവായി പോകുന്നതിൽ അമർഷം പ്രകടിപ്പിച്ചു എന്നു മാത്രം ഞാൻ ഓർക്കുന്നു. പ്രിൻസസ്സ് എന്തിനും മടിക്കാത്ത

ഒരു സ്ത്രീയാണെന്ന് അമ്മ പറഞ്ഞതും എനിക്കോർമ്മയുണ്ട്. ഞാൻ അമ്മയുടെ കൈ ചുംബിച്ചിട്ട് (സംസാരത്തിനു വിരാമമിടാൻ അനുഗ്ര ഹിക്കുമ്പോഴൊക്കെ ഞാൻ അങ്ങനെ ചെയ്യാറുണ്ടായിരുന്നു) എന്റെ മുറിയിലേക്കു പോയി. സിനയീദയുടെ കണ്ണീർ എന്നെ ചിന്താക്കുഴപ്പ ത്തിലാക്കി. അതിന്റെ കാരണം മനസ്സിലാക്കാൻ കഴിയാത്തതിനാൽ എനിക്കുതന്നെ കരച്ചിൽവന്നു. പതിനാറ് വയസ്സുണ്ടായിരുന്നെങ്കി ലും ഞാൻ അപ്പോഴും വാസ്തവത്തിൽ ഒരു കൊച്ചുകുട്ടിയായിരുന്നു. മലേവ്സ്കിയെപ്പറ്റി കൂടുതൽ ചിന്തിച്ചു ഞാൻ മനസ്സുപുണ്ണാക്കിയില്ല. എന്നാൽ ബെലൊവ്സൊറൊവ് കൂടുതൽ രൗദ്രതയോടെ അയാളെ നോക്കിക്കൊണ്ടിരുന്നു. ചെന്നായ് ആട്ടിൻ കുട്ടിയെ നോക്കുന്നതുപോ ലെയായിരുന്നു ആ നോട്ടം. വാസ്തവം പറഞ്ഞാൽ ഞാൻ ആരെപ്പറ്റിയും, ഒന്നിനെപ്പറ്റിയും ചിന്തിച്ചിരുന്നില്ല. ഞാൻ വിജനമായ മൂലകളിൽ ചെന്നി രുന്ന് ഊഹാപോഹങ്ങൾ നടത്തുന്നതിൽ മുഴുകി. ഇടിഞ്ഞുപൊളിഞ്ഞ സസ്യസംരക്ഷണശാലയോട് എനിക്ക് പ്രത്യേകിച്ചൊരു പ്രതിപത്തി തോന്നി. ഞാൻ അതിന്റെ പൊക്കമുള്ള മതിലിലേക്കു വലിഞ്ഞു കയറി. ദുഃഖിതനും ഏകാകിയും എന്നോടുതന്നെയുള്ള അനുകമ്പയാൽ ആർദ്ര നുമായി വളരെ നേരം അവിടെ ഇരിക്കും. ആ വിഷാദവികാരങ്ങളിൽ ഞാൻ ആനന്ദം കണ്ടെത്തി. ഞാനവയിൽ നീന്തിത്തുടിച്ചു!

ഒരു ദിവസം പള്ളിയിലെ മണിയടിയും ശ്രദ്ധിച്ചുകൊണ്ട് ഞാൻ ആ മതിലിന്റെ മുകളിൽ ഇരിക്കയായിരുന്നു. പെട്ടെന്ന് ദേഹമാകെ കുളിരുകോരുന്നതുപോലെ ഒരു തോന്നൽ എനിക്കുണ്ടായി. കുളിർ കാറ്റു തട്ടുമ്പോഴുള്ള അനുഭവമോ പെട്ടെന്നുണ്ടായ ഞെട്ടലോ ആയി രുന്നില്ല അത്.. ആരെങ്കിലും അടുത്തുവന്നു നില്ക്കുമ്പോഴുള്ള ഒരു തരം അനുഭവമായിരുന്നു അത്... ഞാൻ താഴത്തേക്കു നോക്കി. റോഡിലൂടെ സിനയീദ ധൃതിയിൽ നടന്നു വരുന്നതു ഞാൻ കണ്ടു. അവൾ ഇളംചാ രനിറത്തിലേക്കു ഒരു ഉടുപ്പാണ് ധരിച്ചിരുന്നത്. റോസ് നിറമുള്ള ഒരു സൺഷെയ്ഡ് അവളുടെ ഒരു തോളിൽ വിശ്രമിച്ചിരുന്നു. അവളും എന്നെ കണ്ടു. ഹാറ്റിന്റെ വക്കുയർത്തി പുഷ്പമൃദുലങ്ങളായ മിഴികൾ എന്റെ മേൽ പതിപ്പിച്ചുകൊണ്ട് അവൾ നടപ്പു നിർത്തി.

"ഇത്ര ഉയരത്തിൽ കയറിയിരുന്ന് എന്തു ചെയ്യുകയാണ്?" വിചിത്ര മായ ഒരു പുഞ്ചിരിയോടെ അവൾ ചോദിച്ചു. "ഇതു കേൾക്കൂ! നിനക്ക് എന്നോടു വലിയ സ്നേഹമാണെന്നല്ലേ പറയുന്നത്—അതു സത്യമാണെ ങ്കിൽ ഈ റോഡിലേക്കു ചാടൂ. കാണട്ടെ."

അവൾ അതു പറഞ്ഞു തീരാത്ത താമസം പിന്നിൽനിന്ന് ആരോ തള്ളിയിട്ടെന്നപോലെ ഞാൻ താഴേക്കു ചാടി മതിലിന് ഏകദേശം രണ്ടാൾ പൊക്കമുണ്ടായിരുന്നു. ഞാൻ കാലുകുത്തിയാണു നിലത്തു പതിച്ചതെങ്കിലും ഭയങ്കരമായ ആഘാതം കൊണ്ട് മറിഞ്ഞുവീണു. നിമിഷനേരത്തേക്ക് ഞാൻ ബോധരഹിതനായി.

ബോധം വീണെങ്കിലും കണ്ണുതുറക്കാതെ അവിടെ കിടക്കുമ്പോൾ എനിക്ക് സിനയീദയുടെ സാമീപ്യം അനുഭവപ്പെട്ടു.

"എന്റെ പൊന്നേ എന്തു പറ്റി?" അവൾ എന്റെ നേരെ കുനിഞ്ഞ് ഉൽകണ്ഠാകുലയായി ചോദിച്ചു. ആ സ്വരം സ്നേഹമസൃണമായിരുന്നു. "എന്തിനാണിതു ചെയ്തത്? ഞാൻ പറഞ്ഞത് അനുസരിച്ചതെന്തിനാണ്? എനിക്ക് നിന്നെ ഇഷ്ടമാണ്. എണീക്കു എണീക്കു!"

അവളുടെ നെഞ്ച് എന്റെ തൊട്ടടുത്ത് പൊങ്ങുകയും താഴുകയും ചെയ്യുന്നത് എനിക്കനുഭവപ്പെട്ടു. അവളുടെ കൈകൾ മെല്ലെ എന്റെ തലയിൽ തലോടി, അതു കഴിഞ്ഞ്—അതു കഴിഞ്ഞ്... ആ ചെഞ്ചുണ്ടുകൾ... എന്റെ മുഖം ചുംബനങ്ങൾകൊണ്ടു മൂടി, എന്റെ ചുണ്ടുകളെ അവ സ്പർശിക്കുകപോലും ചെയ്തു... എന്നാൽ സിനയീദയ്ക്കു മനസ്സിലായെന്നു തോന്നുന്നു, അവൾ പെട്ടെന്ന് ചാടിയെണീറ്റുകൊണ്ട് പരുഷമായി പറഞ്ഞു:

"വേഗം എണീക്ക്! മണ്ണിൽ കിടക്കേണ്ട! വേഗമാകട്ടെ!" ഞാൻ എണീറ്റുനിന്നു. "എന്റെ സൺഷെയ്ഡ് എടുത്തു തരൂ." സിനയീദ തുടർന്നു. "എന്നെ ഇങ്ങനെ നോക്കിനില്ക്കാതെ വേഗം അതു നോക്കിയെടുക്കു! വീഴ്ചയിൽ ചതവോ മുറിവോ വല്ലതും പറ്റിയിട്ടുണ്ടോ? ചൊറിയണം കടിച്ചിട്ടുണ്ടെന്നു തോന്നുന്നു. എന്നെ ഇങ്ങനെ നോക്കരുതെന്നല്ലേ പറഞ്ഞത്! ഓ, ചെവി കേൾക്കാൻ പാടില്ലായിരിക്കും. നാക്കിറങ്ങിപ്പോയെന്നും തോന്നുന്നു. മെസ്യേ വൊൽദെമാർ വേഗം വീട്ടിൽ ചെന്ന് വസ്ത്രങ്ങളിലെ പൊടി തുടച്ചു കളയൂ. പിന്നെ ഒരു കാര്യം. എന്റെ പിന്നാലെ വരരുത്. വന്നാൽ ഞാൻ പിണങ്ങും. പിന്നിടൊരിക്കലും..."

ആ വാചകം മുഴുവനാക്കാതെ അവൾ ധൃതിയിൽ നടന്നകന്നു. എന്റെ കാലുകൾ വിറച്ചുകൊണ്ടിരുന്നതിനാൽ ഞാൻ വഴിവക്കിൽ ഇരുന്നു. എന്റെ കൈകളിൽ ചൊറിയണം കടിച്ചിരുന്നു. എന്റെ പുറം വേദനിച്ചു. എനിക്കു തല ചുറ്റി. എങ്കിലും അതിനുശേഷം ജീവിതത്തിലൊരിക്കലും അത്ര വലിയ ഒരാനന്ദം എനിക്കുണ്ടായിട്ടില്ല. ആ മധുരവേദന എന്റെ സർവ്വാംഗം അനുഭവപ്പെട്ടു. ഒടുവിൽ ആഹ്ലാദഭരിതമായ ചാട്ടങ്ങളിലും ശബ്ദങ്ങളിലും കൂടി അതു ബഹിർഗ്ഗമിച്ചു. വാസ്തവത്തിൽ അപ്പോഴും ഞാൻ ഒരു കുട്ടിയായിരുന്നു.

XIII

അന്നു മുഴുവൻ ഞാൻ സന്തുഷ്ടനും അഭിമാനവിജൃംഭിതനുമായി നടന്നു. സിനയീദയുടെ ചുംബനത്തിന്റെ അനുഭൂതി അല്പംപോലും മങ്ങാതെ അപ്പോഴും എന്റെ മുഖത്ത് അനുഭവപ്പെട്ടു. അവൾ പറഞ്ഞ ഒരോ വാക്കും ആനന്ദാതിരേകം ഉളവാക്കിയ ഒരുതരം വിറയലോടെ ഞാൻ ഓർത്തു. ഓർക്കാപ്പുറത്ത് എനിക്കു കൈവന്നിരിക്കുന്ന ആ സൗഭാഗ്യം ഭദ്രമായി സൂക്ഷിക്കാൻ ഞാൻ ആഗ്രഹിച്ചു. അതു നഷ്ടപ്പെട്ടേക്കുമോ എന്ന ഭയംകൊണ്ട് അവളെ കാണാൻപോലും എനിക്ക് ആഗ്രഹമില്ലാതായി. വിധി എനിക്കു തരേണ്ടതെല്ലാം തന്നു കഴിഞ്ഞെന്നും "അവസാനമായി ഒന്നു നിശ്വസിച്ചിട്ട് മരിക്കാൻ" സമയമായെന്നും എനിക്കു തോന്നി. എന്നാൽ പിറ്റേദിവസം സിനയീദയുടെ വീട്ടിലെത്തിയപ്പോൾ വല്ലാത്ത ഒരു പരിഭ്രമം എന്നെ ബാധിച്ചിരുന്നു. വിനയാന്വിതമായ അടുപ്പത്തിന്റെ പൊയ്മുഖം ധരിച്ച്—ഒരു രഹസ്യം ഒളിച്ചുവയ്ക്കാൻ കഴിയുമെന്നു കാണിക്കാനാഗ്രഹിക്കുന്ന ഒരാൾക്ക് അത്തരം ഒരു പൊയ്മുഖം ഭൂഷണമായിരിക്കുമെന്നു ഞാൻ കരുതി— എന്റെ പരിഭ്രമം ഒളിച്ചുവയ്ക്കാൻ ഞാൻ ഒരു വിഫലശ്രമം നടത്തി. സിനയീദ എന്നെ എന്നത്തേയും പോലെതന്നെയാണു സ്വീകരിച്ചത്. യാതൊരു വികാരവും അവൾ പുറത്തു കാട്ടിയില്ല. എന്റെ നേരെ വിരൽ കുലുക്കിക്കൊണ്ട് എനിക്കു മുറിവുവല്ലതും പറ്റിയിട്ടുണ്ടോ എന്ന് അവൾ അന്വേഷിച്ചു. തൽക്ഷണം തന്നെ വിനയാന്വിതമായ അടുപ്പവും നിഗൂഢതയും കൂടിച്ചേർന്ന എന്റെ ഭാവം ഓടിയകന്നു. അതോടൊപ്പം എന്റെ പരിഭ്രമവും അപ്രത്യക്ഷമായി. വലിയ വികാരപ്രകടനമൊന്നും ഞാൻ സിനയീദയിൽനിന്നു പ്രതീക്ഷിച്ചിരുന്നില്ല. എങ്കിലും അവളുടെ അക്ഷോഭ്യത എന്റെമേൽ തണുത്തവെള്ളം കോരിച്ചൊരിഞ്ഞു. ഞാൻ അവളുടെ കണ്ണിൽ വെറും ഒരു കുട്ടിമാത്രമാണെന്ന് തൽക്ഷണം എനിക്കു മനസ്സിലായി—ഹാ, അതെത്രയാണ് എന്നെ നൊമ്പരപ്പെടുത്തിയത്! സിനയീദ മുറിയിൽ ഉലാത്തിക്കൊണ്ടിരുന്നു. അവളുടെ കണ്ണുകൾ എന്റെമേൽ പതിയുമ്പോഴെല്ലാം ഒരു നേരിയ പുഞ്ചിരി അവൾ എനിക്കു സമ്മാനിച്ചുകൊണ്ടിരുന്നെങ്കിലും അവളുടെ മനസ്സ് മറ്റെവിടെയോ ആണെന്ന് ഞാൻ ഊഹിച്ചു. "ഇന്നലത്തെ സംഭവത്തെപറ്റി ഞാൻ അങ്ങോട്ടു കയറി എന്തെങ്കിലും പറഞ്ഞാലോ?" ഞാൻ ആലോചിച്ചു. "അവൾ ഇന്നലെ ധൃതിയിൽ എങ്ങോട്ടു പോവുകയായിരുന്നെന്ന് നേരെ ചോദിച്ച് എന്റെ സംശയത്തിന് അറുതിവരുത്തിയാലോ?..."

എന്നാൽ ഉടൻതന്നെ ഞാൻ ആ ആശയം ഉപേക്ഷിച്ചു. മുറിയുടെ ഒരു ഒഴിഞ്ഞ കോണിൽ ചെന്ന് മിണ്ടാതെ ഇരിക്കുകയാണ് ഞാൻ ചെയ്തത്.

ബെലൊവ്സൊരൊവ് മുറിയിലേക്കു കടന്നു വന്നത് എനിക്കു വലിയൊരനുഗ്രഹമായി തോന്നി.

"ശാന്തനായ ഒരു സവാരിക്കുതിരയെ കണ്ടുപിടിക്കാൻ എനിക്കു കഴിഞ്ഞില്ല." വന്നപാടെ അയാൾ കർക്കശമായ ശബ്ദത്തിൽ പറഞ്ഞു. ഫ്രൈയ്റ്റാഗ്[7] ഒന്നിനെ തരാമെന്നു പറഞ്ഞിട്ടുണ്ട്. പക്ഷേ അത് ബഹളക്കാരനാണോ എന്നാണ് എന്റെ പേടി."

"നിങ്ങൾ എന്തിനാണ് ഇത്ര പേടിക്കുന്നത്? ദയവുചെയ്തു പറഞ്ഞു തരൂ." സിനയീദ പറഞ്ഞു.

"എന്തിനാണെന്നോ? കൊള്ളാം! നിങ്ങൾക്കു ശരിക്കു കുതിരയോടിക്കാൻ അറിയില്ല. എന്തെങ്കിലും പറ്റിയാലോ? ദൈവം അങ്ങനെ വരുത്താതിരിക്കട്ടെ! എന്നാൽ പെട്ടെന്ന് നിങ്ങൾക്ക് കുതിര സവാരിയിൽ താല്പര്യം തോന്നാൻ കാരണമെന്താണ്?"

"എന്റെ പ്രിയപ്പെട്ട മൃഗമേ! അത് അന്വേഷിക്കേണ്ട കാര്യം നിങ്ങൾക്കില്ല. അത് പോകട്ടെ. കുതിരയുടെ കാര്യം ഞാൻ പ്യോത്തർ വസീല്യേവിച്ചിനോടു ചോദിച്ചുകൊള്ളാം..." (എന്റെ അച്ഛന്റെ പേർ പ്യോത്തർ വസീല്യേവിച്ച് എന്നായിരുന്നു. തന്റെ അപേക്ഷ അദ്ദേഹം തള്ളിക്കളയുകയില്ലെന്ന ആത്മവിശ്വാസത്തോടെ അലക്ഷ്യഭാവത്തിൽ അനായാസമായി അവൾ ആ പേരുച്ചരിക്കുന്നത് കേട്ട് ഞാൻ അത്ഭുതപ്പെട്ടു.)

"ഓഹോ, അപ്പോൾ അദ്ദേഹത്തിന്റെ കൂടെ സവാരിക്കു പോകുവാനാണ് നിങ്ങളുടെ ഉദ്ദേശം!" ബെലൊവ്സൊറൊവ് പറഞ്ഞു.

"ഞാൻ അദ്ദേഹത്തോടൊപ്പം പോയാലും മറ്റൊരാളോടൊപ്പം പോയാലും നിങ്ങളെ സംബന്ധിച്ചിടത്തോളം വ്യത്യാസമൊന്നുമില്ല. എന്തായാലും ഞാൻ നിങ്ങളോടൊപ്പമല്ല പോകുന്നതെന്ന് തീർച്ച."

"എന്നോടൊപ്പമല്ല," ബൊലൊവ്സോറൊവ് ആവർത്തിച്ചു. "നിങ്ങളുടെ ഇഷ്ടംപോലെ ആകട്ടെ. ശരി, ഞാൻ കുതിരയെ ഏർപ്പാടു ചെയ്യാം."

"പക്ഷേ അതൊരു കുതിരയായിരിക്കണം കേട്ടോ, ഒരു പശുവിനെ എനിക്കു വേണ്ട. അതിനെ കുതിച്ചോടിക്കാനാണ് ഞാൻ ഉദ്ദേശിക്കുന്നത്."

"കുതിച്ചോടിക്കണമെങ്കിൽ കുതിച്ചോടിച്ചോളൂ! മലേവ്സ്കിയുടെ കൂടെയാണോ നിങ്ങൾ പോകുന്നത്?"

---

7 ഫ്രൈയ്റ്റാഗ്—1830 കളിൽ മോസ്കോയിൽ സവാരിക്കുതിരകളെ പരിശീലിപ്പിക്കുകയും ഒരു കുതിരലായം സൂക്ഷിക്കുകയും ചെയ്തിരുന്ന വ്യക്തി.

"ഹേ, ധീരനായ പടയാളി, മലോവ്സ്കി ആയാൽ എന്താ കുഴപ്പം? മതി, മതി. ഇങ്ങനെ ക്ഷോഭിക്കേണ്ട! ഞാൻ നിങ്ങളെക്കൂടി കൊണ്ടുപോകാം. ഇങ്ങനെ കണ്ണുരുട്ടേണ്ട. മലേവ്സ്കിയെ ഇപ്പോൾ ഞാൻ എങ്ങനെ കാണുന്നുവെന്നു നിങ്ങൾക്കറിയാമല്ലോ—ഫൂ!" അവൾ തല കുടഞ്ഞു.

"എന്നെ സമാശ്വസിപ്പിക്കാൻ മാത്രമാണ് നിങ്ങൾ ഇങ്ങനെ പറയുന്നത്." ബെലൊവ്സൊറൊവ് പിറുപിറുത്തു. സിനയീദ കണ്ണിറുക്കിപ്പിടിച്ചുകൊണ്ട് അയാളെ നോക്കി.

"അതു നിങ്ങളെ സമാശ്വസിപ്പിക്കുന്നുണ്ടോ... പടയാളീ?" അവൾ ചോദിച്ചു. മറ്റൊരു വിശേഷണം കണ്ടുപിടിക്കാൻ കഴിയാത്തതിനാലാണ് അവൾ പടയാളീ എന്നു വിളിച്ചതെന്നു തോന്നി.. "മെസ്യേവൊൽദെമാർ, ഞങ്ങളോടൊപ്പം വരുന്നോ?"

"ഞാൻ... എനിക്ക് ഒരുപാട് ആളുകളോടൊപ്പം പോകാൻ ഇഷ്ടമില്ല..." ഞാൻ പറഞ്ഞു.

"ഓഹോ, നിനക്ക് സ്വൈരസല്ലാപമാണ് ഇഷ്ടം. അല്ലേ? ശരി, ഓരോരുത്തരും അവരവരുടെ ഇഷ്ടംപോലെ." നെടുവീർപ്പിട്ടുകൊണ്ട് അവൾ പറഞ്ഞു. "ബെലൊവ്സൊറൊവ് പോയി ശ്രമിച്ചു നോക്കൂ! എനിക്കു കുതിരയെ നാളെ കിട്ടണം!"

"ഇതിനൊക്കെ പണം എവിടുന്നാണ്?" പ്രഭ്വി ഇടയ്ക്കു കയറി ചോദിച്ചു.

സിനയീദ മുഖം ചുളിച്ചു.

"ഞാൻ അമ്മയോടു ചോദിക്കയില്ല. ബെലൊവ്സൊറോവ് എന്നെ വിശ്വസിക്കും."

"വിശ്വസിക്കും... വിശ്വസിക്കും," പ്രഭ്വി പിറുപിറുത്തു. പെട്ടെന്ന് അവർ തൊള്ള തുറന്ന് വിളിച്ചു: "ദുന്യാഷ്ക!"

"അമ്മേ—ഞാൻ മണി മേടിച്ചുതന്നതെന്തിനാണ്?"

"ദുന്യാഷ്ക!" വൃദ്ധ വീണ്ടും ഉറക്കെ വിളിച്ചു. ബെലൊവ്സൊരൊവ് പോയി. ഞാനും അയാളോടൊപ്പം പുറത്തിറങ്ങി... സിനയീദ എന്നെ തടയാൻ ശ്രമിച്ചില്ല.

XIV

പിറ്റേദിവസം അതിരാവിലെ ഞാൻ എണീറ്റു. ഒരു വടി വെട്ടിയെടുത്ത് അതുമായി ഞാൻ പട്ടണത്തിന്റെ പുറത്തു കടന്നു. എങ്ങോട്ടെങ്കിലും പോയി എന്റെ ദുഃഖഭാരം കുടഞ്ഞുമാറ്റാൻ കഴിയുമോ എന്നു നോക്കാം. ഞാൻ മനസ്സിൽ പറഞ്ഞു. വലിയ ചൂടില്ലാത്ത തെളിഞ്ഞ ഒരു ദിവസമായിരുന്നു അത്. കുളിർമ്മയുള്ള ഒരു കുസൃതിക്കാറ്റ്.നേരിയ മർമ്മരമുതിർത്തുകൊണ്ട് കണ്ണിൽക്കണ്ട സർവ്വതിനേയും തൊട്ടുതലോടി, എന്നാൽ ഒന്നിനേയും ഇളക്കിമറിക്കാതെ, വയലുകൾക്കു മുകളിൽ തത്തിക്കളിച്ചുകൊണ്ടിരുന്നു. ഞാൻ കുന്നുകളിലും കാട്ടുകളിലും വളരെ നേരം അലഞ്ഞുനടന്നു. എന്നാൽ എനിക്ക് അല്പംപോലും സന്തോഷം തോന്നിയില്ല. കാരണം സ്വൈരമായിരുന്ന് എന്റെ ദുഃഖത്തെ താലോലിക്കാനാണ് ഞാൻ വീട്ടിൽനിന്നിറങ്ങിയത്. എങ്കിലും യുവത്വത്തിന്റെ ചൈതന്യവായ്പും സുന്ദരമായ കാലാവസ്ഥയും ശുദ്ധവായുവും വേഗം നടക്കുന്നതിൽനിന്നുണ്ടാകുന്ന ഉന്മേഷവും ഏകാകിയായി പുല്പരപ്പിൽ കിടക്കുന്നതിന്റെ സുഖവും എന്നെ സ്പർശിക്കാതിരുന്നില്ല മറക്കാനാവാത്ത ആ വാചകങ്ങളുടേയും ആ ചുംബനങ്ങളുടേയും ഓർമ്മ വീണ്ടും എന്റെ ആത്മാവിൽ നിറഞ്ഞു. എന്റെ നിശ്ചയദാർഢ്യത്തെയും ധൈര്യത്തെയും വിലമതിക്കാതിരിക്കാൻ സിനയീദയ്ക്കു സാദ്ധ്യമല്ല എന്ന ചിന്ത എനിക്ക് ആത്മസംതൃപ്തി നല്കി. അവൾക്ക് എന്നേക്കാളിഷ്ടം മറ്റുള്ളവരോടാണെങ്കിൽ ആയിക്കോട്ടെ! പക്ഷേ മറ്റുള്ളവർ വാക്കുകളിലൂടെ പറയുന്നത് ഞാൻ പ്രവർത്തിയിലൂടെ കാണിച്ചുകൊടുത്തു! ഇന്നലെ ഞാൻ ചെയ്തത് എത്രയോ നിസ്സാരമാണ്! അവൾക്കു വേണ്ടി ഇതിലും എത്രയോ വലിയ കാര്യങ്ങൾ എനിക്കു ചെയ്യാൻ കഴിയും!..."

എന്റെ ഭാവന ചിറകുവിടർത്തി. അവളെ ഞാൻ ശത്രുക്കളുടെ കൈകളിൽ നിന്നു രക്ഷിക്കുന്നതായും, അടിമുടി രക്തമൊലിപ്പിച്ചുകൊണ്ട് ഒരു അഗാധഗഹ്വരത്തിൽ നിന്നു പുറത്തുകടത്തുന്നതായും, അവളുടെ കാൽച്ചുവട്ടിൽ വീണ് മരിക്കുന്നതായും ഞാൻ സങ്കൽപിച്ചു. മാലെക്-അഡെൽ മാറ്റിൽഡ്[8]യെ തന്റെ കുതിരപ്പുറത്തു കയറ്റിക്കൊണ്ടു പോകുന്ന ചിത്രം എനിക്കോർമ്മ വന്നു. ഞങ്ങളുടെ സ്വീകരണമുറിയിൽ ആ ചിത്രം തൂക്കിയിരുന്നു. പിന്നീട് പുള്ളികളുള്ള ഒരു വലിയ

8 മാലെക്—ആഡെൽ—ഒരു ഫ്രഞ്ച് സാഹിത്യകാരിയായ സി. കോട്ടൻ (മാരി—സോഫി—റിസ്റ്റോ) എഴുതിയ (1805) "മാറ്റിൽഡ അഥവാ കുരിശുയുദ്ധങ്ങളുടെ ചിത്രത്തിൽ നിന്നുള്ള ചില ഏടുകൾ" എന്ന ഗ്രന്ഥത്തിലെ കഥാപാത്രം.

മരംകൊത്തി എന്റെ ശ്രദ്ധയിൽപ്പെട്ടു. അത് ഇടത്തോട്ടും വലത്തോട്ടും കഴുത്തുചലിപ്പിച്ചുകൊണ്ട് ഒരു ബർച്ച് മരത്തിന്റെ തായിത്തടിയിലൂടെ ധൃതിയിൽ മുകളിലേയ്ക്കു കയറുകയായിരുന്നു.

അല്പം കഴിഞ്ഞ് ഞാൻ ഒരു റഷ്യൻ നാടോടിപ്പാട്ടു പാടിത്തുടങ്ങി: "വെളുത്തു കണ്ട മഞ്ഞല്ല."[9] അപ്പോൾ അക്കാലത്തു പ്രചാരത്തിലിരുന്ന ഒരു ബല്ലാഡ് എനിക്കോർമ്മ വന്നു: "കാറ്റു പുല്ലാങ്കുഴലൂതുമ്പോൾ... നിന്നെ ഞാൻ കാത്തിരിക്കും."[10] അതു കഴിഞ്ഞ് ഹെമ്യാക്കോവിന്റെ ദുരന്തകഥയിൽ "എർമാക്"[11] നക്ഷത്രങ്ങളെ അഭിസംബോധന ചെയ്യുന്ന ഭാഗം ഞാൻ ഉറക്കെ വിളിച്ചുപറഞ്ഞു തുടങ്ങി. വികാരപ്രധാനമായ എന്തെങ്കിലും സ്വയം കണ്ടുപിടിക്കാൻ ഞാൻ ശ്രമിച്ചു. അതിന്റെ അവസാനം "ഹാ, സിനയീദ! സിനയീദ!" എന്നായിരിക്കണമെന്നു ഞാൻ തീരുമാനിക്കുകയും ചെയ്തു. എന്നാൽ എന്റെ ശ്രമം വിജയിച്ചില്ല. ഉച്ചഭക്ഷണത്തിനുള്ള സമയം അടുത്തടുത്തു വന്നുകൊണ്ടിരുന്നു. ഞാൻ താഴ്വരയിലേക്കിറങ്ങി. മണൽനിറഞ്ഞ വളഞ്ഞു പുളഞ്ഞ് ഒരു പാത അവിടെനിന്നും പട്ടണംവരെ നീണ്ടു കിടന്നിരുന്നു. ഞാൻ ആ പാതയിലൂടെ അല്പദൂരം നടന്നപ്പോൾ പിന്നിൽ നിന്ന് കുതിരകളുടെ കുളമ്പടി ശബ്ദം മുഴങ്ങിക്കേട്ടുതുടങ്ങി. ഞാൻ തിരിഞ്ഞു നോക്കി. ഞാൻ അറിയാതെതന്നെ നടപ്പു നിർത്തുകയും തൊപ്പി എടുത്തു കയ്യിൽ പിടിക്കുകയും ചെയ്തു—കാരണം കുതിരപ്പുറത്തു വന്നത് എന്റെ അച്ഛനും സിനയീദയുമായിരുന്നു. അവർ ഒപ്പത്തിനൊപ്പം സവാരിചെയ്യുകയായിരുന്നു. അച്ഛൻ ജീനിപ്പുറത്തുനിന്നും എത്തിവലിഞ്ഞ് സിനയീദയോട് എന്തോ പറയുകയായിരുന്നു. അദ്ദേഹത്തിന്റെ കൈകൾ കുതിരയുടെ കഴുത്തിൽ വിശ്രമിച്ചു. അച്ഛൻ പുഞ്ചിരിക്കുന്നതു ഞാൻ കണ്ടു. സിനയീദ ചുണ്ടുകൾ അമർത്തിപ്പിടിച്ചുകൊണ്ട് മിഴികൾ താഴ്ത്തി നിശ്ശബ്ദയായി അതു കേട്ടുകൊണ്ടിരുന്നു. ആദ്യം ഞാൻ അവരെ രണ്ടുപേരെ മാത്രമേ കണ്ടുള്ളൂ. ഏതാനും നിമിഷങ്ങൾ കഴിഞ്ഞ് ബെലൊവ്സോറൊവ് ഒരു വളവു തിരിഞ്ഞ് പ്രത്യക്ഷപ്പെട്ടു. ഹുസാർ യൂണിഫോറവും രോമം വച്ചുപിടിപ്പിച്ച മേലങ്കിയും ധരിച്ചിരുന്ന അയാൾ കരിപോലെ കറുത്ത ഒരു കുതിരയുടെ പുറത്താണ് സവാരി ചെയ്തിരുന്നത്. ആ ഉഗ്രൻ കുതിര തലയാട്ടുകയും ചീറ്റുകയും തുള്ളിച്ചാടുകയും ചെയ്തുകൊണ്ടിരുന്നു. സവാരിക്കാരൻ കുതിരയെ കടിഞ്ഞാൺ പിടിച്ചു നിയന്ത്രിച്ചു നിർത്തുകയും അതേ സമയം തന്നെ കുതിമുള്ളുകൊണ്ട് തള്ളി മുമ്പോട്ടു പോകാൻ അതിനെ പ്രേരിപ്പിക്കുകയും ചെയ്തുകൊണ്ടിരുന്നു. ഞാൻ വഴിയുടെ അരികിലേക്കു മാറിനിന്നു. അച്ഛൻ കടിഞ്ഞാൺ കയ്യിലെടുത്തുകൊണ്ട്

9 "വെളുത്തു കണ്ട മഞ്ഞല്ല"...—പൗരാണിക റഷ്യൻ നാടോടിപ്പാട്ട്.

10 "കാറ്റു പുല്ലാങ്കുഴലൂതുമ്പോൾ..."—കവിയും നിരൂപകനുമായിരുന്ന പ്യോത്തർ വ്യാസെംസ്കി(1816) എഴുതിയ ഗാനം.

11 ഹൊമ്യാക്കോവിന്റെ ദുരന്തകഥയിലെ എർമാക്"...—അലെക്സേയ് ഹൊമ്യാക്കോവ് (1804-1860) എഴുതിയ "എർമാക്" എന്ന ദുഃഖപര്യവസായിയായ കവിതയിലെ നായകൻ.

സിനയീദയുടെ അടുത്തുനിന്ന് അകന്നു മാറി. അവൾ അദ്ദേഹത്തെ മെല്ലെ ഒന്നു കടാക്ഷിച്ചു. അവർ കുതിരകളെ കുതിച്ചോടിച്ച് എന്നെ കടന്നുപോയി. ബെലൊവ്സോറൊവ് അതിശീഘ്രം അവരുടെ പിന്നാലെ പാഞ്ഞു. അയാളുടെ വാൾ കിലുങ്ങുന്നുണ്ടായിരുന്നു... "അയാൾ ചെമ്പരത്തിപ്പൂപോലെ ചുവന്നിരിക്കുന്നു..." ഞാൻ വിചാരിച്ചു. "പക്ഷേ അവൾ ഇത്ര വിളറിയിരിക്കാൻ കാരണമെന്താണ്? രാവിലെ മുതൽ കുതിരസ്സവാരി ചെയ്തിട്ടും വിളറിയിരിക്കുകയോ?"

ഞാൻ നടപ്പിന്റെ വേഗത കൂട്ടി കൃത്യസമയത്തിന് വീട്ടിലെത്തി. അച്ഛൻ വീട്ടിലെത്തി മേൽക്കുഴകി വസ്ത്രങ്ങൾ മാറ്റി അമ്മയുടെ കസേരയ്ക്കരികിൽ ഇരുന്ന് തന്റെ ഇമ്പമുള്ള പതറാത്ത ശബ്ദത്തിൽ ഒരു ഫ്രഞ്ച് പത്രത്തിൽനിന്ന് ഒരു ലേഖനം അമ്മയെ വായിച്ചുകേൾപ്പിക്കുകയായിരുന്നു. അമ്മ അന്യമനസ്കയായി അതു കേട്ടുകൊണ്ടിരുന്നു. ഞാൻ രാവിലെ മുതൽ എന്തു ചെയ്യുകയായിരുന്നെന്ന് എന്നെ കണ്ട മാത്രയിൽ അമ്മ ചോദിച്ചു. തോന്നിയ സ്ഥലത്ത് തോന്നിയ ആൾക്കാരോടൊപ്പം സമയം കളയുന്ന ഏർപ്പാട് തനിക്ക് തീരെ ഇഷ്ടമല്ലെന്നും അവർ പറഞ്ഞു. ഞാൻ ഒറ്റയ്ക്കു നടക്കാൻ പോയിരിക്കയായിരുന്നുവെന്ന് പറയാൻ ഒരുങ്ങിയതാണ്. എന്നാൽ അച്ഛനെ ഒന്നു നോക്കിയപ്പോൾ ഒന്നും മിണ്ടാതിരിക്കുന്നതാണ് നല്ലതെന്ന് ഞാൻ തീരുമാനിച്ചു.

XV

തുടർന്ന് അഞ്ചാറു ദിവസത്തേക്ക് സിനയീദയെ വളരെ അപൂർവ്വമായേ കാണാൻ കഴിഞ്ഞൊള്ളു. തനിക്കു സുഖമില്ലെന്നു പറഞ്ഞ് അവൾ ഒഴിഞ്ഞുമാറി. എങ്കിലും അവിടുത്തെ സ്ഥിരം സന്ദർശകരിലാരും അവിടെ ദിവസവും പോകുന്ന പതിവ് അവരുടെ ഭാഷയിൽ പറഞ്ഞാൽ "ഡ്യൂട്ടിക്ക് ഹാജരാകുന്ന" പതിവ്—മുടക്കിയില്ല.

മയ്ദാനൊവ് മാത്രമായിരുന്നു അതിനൊരു അപവാദം. ആവേശം പകരാൻ ഒന്നുമില്ലാത്തപ്പോഴൊക്കെ മനസ്സിടിഞ്ഞ് വിഷാദമൂകനായി പിൻവാങ്ങുന്ന സ്വഭാവക്കാരനായിരുന്നു അയാൾ. കഴുത്തുവരെ ബട്ടണിട്ട് മുറുക്കിയ കോട്ടണിഞ്ഞ ബെലൊവ്സൊറവ് ചുവന്നമുഖവുമായി തന്റെ മൂലയിൽ ചെന്നിരുന്ന് മൗനം ഭജിച്ചു. കൗണ്ട് മലേവ്സ്കിയുടെ സുന്ദരമായ മുഖത്ത് കുടിലമായ ഒരു പുഞ്ചിരി സ്ഥിരമായി സ്ഥാനം പിടിച്ചു. എന്തുകൊണ്ടോ സിനയീദയുടെ അപ്രീതിക്കു പാത്രമായിത്തീർന്ന അയാൾ വൃദ്ധയായ പ്രഭ്വിയെ പ്രീണിപ്പിക്കുന്നതിൽ കൂടുതൽ താല്പര്യം കാണിച്ചു തുടങ്ങി. അയാൾ പ്രഭ്വിയെ ഒരു വാടക വണ്ടിയിൽ കയറ്റി ഗവർണ്ണറുടെ അടുത്തു കൊണ്ടു പോവുകപോലും ചെയ്തു. എന്നാൽ ആ സന്ദർശനം വിജയകരമായില്ലെന്ന് മാത്രമല്ല മലേവ്സ്കിയെ സംബന്ധിച്ചിടത്തോളം അസുഖകരമായിത്തീരുകയും ചെയ്തു. പീരങ്കിപ്പടയിലെ ചില ഓഫീസർമാരുമായി ബന്ധപ്പെട്ട ഏതോ ഒരു സംഭവത്തിൽ തനിക്കുണ്ടായിരുന്ന പങ്കിനെപ്പറ്റി ഒരു വിശദീകരണം കൊടുക്കാൻ മലേവ്സ്കി നിർബന്ധിതനായി. അക്കാലത്തെ തന്റെ പരിചയക്കുറവു മാത്രമാണ് ഒരു ഒഴികഴിവായി അയാൾക്കു പൊക്കിപിടിക്കാൻ ഉണ്ടായിരുന്നത്. ലൂഷിൻ ദിവസവും ഒന്നോ രണ്ടോ തവണ സിനയീദയുടെ വീട്ടിൽ വരാറുണ്ടായിരുന്നെങ്കിലും കൂടുതൽ സമയം തങ്ങാതെ ഉടൻ തിരിച്ചുപോകും. ഞങ്ങൾ തമ്മിൽ നടന്ന അവസാനത്തെ സംഭാഷണത്തിനുശേഷം എനിക്ക് അയാളെ അല്പം ഭയമായിരുന്നു. എന്നാൽ അതേ സമയം തന്നെ മാനസികമായ ഒരടുപ്പം എനിക്ക് അയാളോടു തോന്നിയിരുന്നു. ഒരിക്കൽ നെസ്കുചിനി തോട്ടത്തിൽ ഞങ്ങൾ ഇരുവരും ഒരുമിച്ചു നടക്കാൻ പോയി. അവിടെക്കണ്ട ചെടികളുടേയും പുഷ്പങ്ങളുടെയും പേരും അവയുടെ പ്രത്യേകതകളും സൗഹൃദപൂർവ്വം അയാൾ എനിക്കു വിവരിച്ചു തന്നുകൊണ്ടിരുന്നു. പൊടുന്നനെ നെറ്റിച്ചുളിച്ചുകൊണ്ട് അയാൾ അതുമായി യാതൊരു ബന്ധവുമില്ലാതെ ഇങ്ങനെ പറഞ്ഞു.

“വിഡ്ഢിയായ ഞാൻ വിചാരിച്ചത് അവൾ ഒരു വെറും കുഴഞ്ഞാടിപ്പെണ്ണാണെന്നാണ്! എന്നാൽ ആത്മത്യാഗം ചെയ്യുന്നതിൽ ആനന്ദം കൊള്ളുന്ന ആളുകൾ ഉണ്ടെന്ന് ഇപ്പോൾ മനസ്സിലായി.”

“എന്താണ് ഉദ്ദേശിക്കുന്നത്?”

“ഒന്നുമില്ല, ചുരുങ്ങിയപക്ഷം തന്നോടു പറയാൻ ഒന്നുമില്ല!” ലൂഷിൻ കർക്കശമായി പറഞ്ഞു

സിനയീദ എന്നിൽനിന്നും ഒഴിഞ്ഞുമാറി. എന്നെ കാണുന്നതു തന്നെ അവൾക്കു വെറുപ്പാണെന്ന് താമസിയാതെ എനിക്കു ബോദ്ധ്യമായി. എന്നെ കണ്ടാലുടൻ അവൾ അറിയാതെ മുഖം തിരിക്കും: അതായിരുന്നു എന്നെ ഏറ്റവും കൂടുതൽ നൊമ്പരപ്പെടുത്തിയത്. അതെനിക്ക് സഹിക്കാൻ കഴിഞ്ഞില്ല. പക്ഷേ എന്തു ചെയ്യാനാണ്? അവളുടെ കൺമുമ്പിൽ പ്രത്യക്ഷപ്പെടാതെ ദൂരെ മാറിനിന്ന് അവളെ കണ്ടു തൃപ്തിപ്പെടാൻ ഞാൻ ശ്രമിച്ചു. എന്നാൽ പലപ്പോഴും ആ ശ്രമം പരാജയപ്പെട്ടു. ദുർഗ്രഹമായ എന്തോ ഒന്ന് അവളുടെ ഉള്ളിൽ പ്രവർത്തിച്ചുകൊണ്ടിരുന്നു. അവളുടെ മുഖഭാവം മാറിയിരുന്നു, അവൾ ആകെത്തന്നെ മാറി. ചൂടുള്ള പ്രശാന്തമായ ഒരു സായാഹ്നത്തിലാണ് അവൾക്കു വന്നിട്ടുള്ള മാറ്റം ശരിക്കും എനിക്ക് അനുഭവപ്പെട്ടത്. പടർന്നു പന്തലിച്ചു നിന്ന ഒരു മരച്ചുവട്ടിൽ, പൊക്കം കുറഞ്ഞ ഒരു ബെഞ്ചിൽ, ഞാനിരിക്കുകയായിരുന്നു. എനിക്ക് വളരെ ഇഷ്ടപ്പെട്ട ഒരിടമായിരുന്നു അത്. അവിടെയിരുന്നാൽ സിനയീദയുടെ ജനൽ കാണാം. ഞാൻ അവിടെ അങ്ങനെ ഇരിക്കുമ്പോൾ തലയ്ക്കു മുകളിലുള്ള ഇരുണ്ടു തുടങ്ങിയ ഇലകൾക്കിടയിൽ ഒരു ചെറുകിളി പറന്നു നടന്നു. ചാരനിറമുള്ള ഒരു പൂച്ച മൂരിനിവർന്നുകൊണ്ട് പതുങ്ങിപ്പതുങ്ങി തോട്ടത്തിലേയ്ക്കു കയറി. നേരത്തെ പുറത്തിറങ്ങിയ കുറെ നിശാവണ്ടുകൾ മൂളിക്കൊണ്ട് വെളിച്ചം മറഞ്ഞു കഴിഞ്ഞെങ്കിലും അപ്പോഴും സുതാര്യമായിരുന്ന വായുവിൽ പറന്നു നടന്നു. ഞാൻ സിനയീദയുടെ ജനലിലേക്കു കണ്ണുംനട്ടിരുന്നു. അതു തുറക്കുമെന്ന പ്രതീക്ഷയോടെ. അല്പം കഴിഞ്ഞപ്പോൾ വാസ്തവത്തിൽ അതു തുറക്കപ്പെടുകയും ചെയ്തു—സിനയീദയുടെ രൂപം അവിടെ പ്രത്യക്ഷപ്പെട്ടു. അവൾ ഒരു തൂവെള്ള ഉടുപ്പാണു ധരിച്ചിരുന്നത്. അവളുടെ മുഖവും തോളുകളും കൈത്തണ്ടകളും ആ ഉടുപ്പിനോളം തന്നെ വെളുത്തതായിരുന്നു. പുരികക്കൊടികൾ വളച്ചുപിടിച്ചുകൊണ്ട് അവൾ വളരെ നേരം നേരെ മുമ്പോട്ടുതന്നെ നോക്കി നിന്നു. അവൾ അങ്ങനെ നോക്കി നിൽക്കുന്നത് അതിനു മുമ്പൊരിക്കലും ഞാൻ കണ്ടിട്ടില്ല. അല്പം കഴിഞ്ഞ് അവൾ കൈവിരലുകൾ കോർത്തുപിടിച്ച് ആദ്യം ചുണ്ടിലും പിന്നീട് നെറ്റിയിലും മുട്ടിച്ചു. പെട്ടെന്ന് അവൾ വിരലുകൾ വിടർത്തിയിട്ട് മുടി ചെവിക്കു പിന്നിലേയ്ക്കു മാടി വയ്ക്കുകയും തല കുലുക്കുകയും ചെയ്യുന്നതു ഞാൻ കണ്ടു. ഒടുവിൽ നിശ്ചയദാർഢ്യത്തോടെ ഒരൊറ്റത്തവണ തല ആട്ടിയിട്ട് അവൾ ജനൽ കൊട്ടിയടച്ചു.

മൂന്നു ദിവസം കഴിഞ്ഞ് തോട്ടത്തിൽവച്ച് അവൾ എന്നെ യാദൃച്ഛികമായി കണ്ടുമുട്ടി. ഞാൻ തിരിഞ്ഞു നടക്കാൻ ഭാവിച്ചതാണ്, എന്നാൽ അവൾ എന്നെ തടഞ്ഞുനിർത്തി.

"വരൂ, എനിക്കു കൈ തരൂ," അവൾ പഴയതുപോലെ സ്നേഹമസൃണമായ സ്വരത്തിൽ എന്നോടു പറഞ്ഞു. "നമ്മൾ തമ്മിൽ സംസാരിച്ചിട്ട് വളരെക്കാലമായി."

ഞാൻ അവളെ നോക്കി. അവളുടെ കണ്ണുകൾ സൗമ്യമായി തിളങ്ങി. മൂടൽമഞ്ഞിനിടയിലൂടെ അവൾ പുഞ്ചിരിക്കയാണെന്ന് എനിക്കു തോന്നി.

"സുഖക്കേടു മാറിയില്ലേ?" ഞാൻ ചോദിച്ചു.

"അത് പണ്ടേ മാറി," ഒരു ചുവന്ന റോസാപ്പൂ പറിച്ചെടുത്തുകൊണ്ട് അവൾ മൊഴിഞ്ഞു. "ക്ഷീണം മുഴുവൻ മാറിയിട്ടില്ല. പക്ഷേ അതു വേഗം മാറിക്കൊള്ളും."

"നിങ്ങൾ വീണ്ടും പഴയതുപോലെ ആകുമോ?" ഞാൻ ചോദിച്ചു.

സിനയീദ റോസാപ്പൂ അവളുടെ മുഖത്തോടടുപ്പിച്ചു. ആ ചുവന്ന റോസാദലങ്ങൾ അവളുടെ കവിളുകളിൽ പ്രതിഫലിക്കുന്നതായി എനിക്കു തോന്നി.

"ഞാൻ മാറിയിട്ടുണ്ടോ?"

"ഉണ്ട്," ഞാൻ ശാന്തമായി പറഞ്ഞു.

"ഞാൻ നിന്നോട് ഹൃദയശൂന്യത കാണിച്ചു—എനിക്കറിയാം." സിനയീദ പറഞ്ഞു. "നീ അതത്ര കാര്യമാക്കേണ്ടിയിരുന്നില്ല... എനിക്കു മറ്റൊരുതരത്തിലാവാൻ കഴിയുമായിരുന്നില്ല... പക്ഷേ അതേപ്പറ്റി പറഞ്ഞിട്ടെന്തു കാര്യം?"

"ഞാൻ നിങ്ങളെ സ്നേഹിക്കുന്നതു നിങ്ങൾക്ക് ഇഷ്ടമല്ല. അതാണു കാര്യം!" പെട്ടെന്നുണ്ടായ ഒരു ഉൾപ്രേരണയാൽ വിഷാദഭരിതനായി ഞാൻ പറഞ്ഞു.

"ഇഷ്ടമാണ്, പക്ഷേ നീ മുമ്പ് എന്നെ സ്നേഹിച്ചിരുന്നതു പോലെയല്ല."

"പിന്നെങ്ങിനെ വേണമെന്നാണ്?"

"നമുക്കു സുഹൃത്തുക്കളാകാം, അതാണു വേണ്ടത്," സിനയീദ റോസാപ്പൂ എന്നെ മണപ്പിച്ചു. "ഞാൻ നിന്നെക്കാൾ വളരെ മൂത്തതാണ്. നിന്റെ കൊച്ചമ്മയോ, അല്ലെങ്കിൽ ചേച്ചിയോ ആകാനുള്ള പ്രായം എനിക്കുണ്ട്. നീ ഇപ്പോഴും...'

"ഞാനിപ്പോഴും ഒരു കുട്ടിയാണെന്നല്ലേ പറയാൻ വന്നത്."

"അതെ, നീ തീർച്ചയായും ഒരു കുട്ടിയാണ്. എനിക്കു വളരെ ഇഷ്ടമുള്ള ബുദ്ധിമാനും സുശീലനും സുന്ദരനുമായ ഒരു കുട്ടി. ഞാൻ പറയുന്നതു കേൾക്കൂ! ഇന്നു മുതൽ ഞാൻ നിന്നെ എന്റെ പ്രധാനസേവകനായി

നിയമിക്കയാണ്. ഒരു സേവകൻ ഒരിക്കലും അയാളുടെ രാജ്ഞിയെ ഉപേക്ഷിച്ച പോകാൻ പാടില്ലെന്ന് അറിയാമല്ലോ. ഇതാ അതിന്റെ ചിഹ്നം," എന്ന പറഞ്ഞുകൊണ്ട് അവൾ റോസാപ്പൂ എന്റെ ബട്ടൺഹോളിൽ തിരുകിവച്ചു. "നമ്മുടെ മൈത്രിയുടെ പ്രതീകമായി ഇതിരിക്കട്ടെ."

"നിങ്ങൾ മൈത്രിയുടെ പ്രതീകമായി മുമ്പ് വേറെ ചിലതു സമ്മാനിച്ചിട്ടുണ്ട്." ഞാൻ പറഞ്ഞു.

"എന്തൊരു ഓർമ്മശക്തി! ശരി, ഞാൻ ഇപ്പോൾ മറ്റൊന്നു സമ്മാനിക്കാം," സിനയീദ പറഞ്ഞു.

അവൾ എന്റെ നെറ്റിയിൽ പരിശുദ്ധവും പ്രശാന്തവുമായ ഒരു ചുംബനം ചാർത്തി.

ഞാൻ അവളെ നോക്കിക്കൊണ്ടുനിന്നതേയുള്ളൂ. അവൾ തിരിഞ്ഞു നടന്നുകൊണ്ട് പറഞ്ഞു. "പ്രധാനസേവകാ രാജ്ഞിയുടെ പിന്നാലെ വരൂ." ഞാൻ അത്ഭുതപരതന്ത്രനായി അവളുടെ പിന്നാലെ നടന്നു. "സൗമ്യയും വിവേകശാലിയുമായ ഈ പെൺകുട്ടി ഞാൻ മുമ്പു കണ്ടിട്ടുള്ള സിനയീദ തന്നെയാണോ?" ഞാൻ സ്വയം ചോദിച്ചു. അവളുടെ നടത്തത്തിൽതന്നെ ഇപ്പോൾ കൂടുതൽ ശാലീനത കൈവന്നിട്ടുണ്ടെന്ന് എനിക്കു തോന്നി. അവളുടെ ദേഹത്തിന് കൂടുതൽ പ്രൗഢിയും സൗകുമാര്യവും കൈവന്നു...

എന്നാൽ ദൈവമേ, എന്റെ പ്രേമം ആളികത്തുകയാണു ചെയ്തത്.

XVI

ഉച്ചഭക്ഷണം കഴിഞ്ഞ് പതിവു സന്ദർശകർ സിനയീദയുടെ വീട്ടിൽ കൂടി. അവരെ സ്വീകരിക്കാൻ സിനയീദ അവളുടെ മുറിയിൽനിന്നു പുറത്തുവന്നു. ആദ്യത്തെ അവിസ്മരണീയമായ ആ സായാഹ്നത്തിലുണ്ടായിരുന്ന എല്ലാവരും അവിടെ ഹാജരായിരുന്നു. നിർമാത്സ്കിപോലും ഇഴഞ്ഞുവലിഞ്ഞ് അവിടെ എത്തിയിരുന്നു. ആദ്യം എത്തിയത് മയ്ദാനൊവാണ്. അയാൾ പുതിയ ഒരു കവിതയുമായാണ് വന്നത്. ഞങ്ങൾ "പിഴയൊടുക്കൽ" കളിച്ചെങ്കിലും അതു പഴയതിൽനിന്ന് തുലോം വിഭിന്നമായിരുന്നു. പഴയ തകർപ്പും ബഹളവും അതിർകവിഞ്ഞ തമാശയും ഒന്നും അന്നുണ്ടായിരുന്നില്ല, ആരും ജിപ്സികളെ അനുകരിച്ചുമില്ല. നേരമ്പോക്കുകൾക്ക് സിനയീദ പുതിയ ഒരു ഭാവം പകർന്നു. സേവകൻ എന്ന നിലയിൽ ഞാൻ അവളുടെ തൊട്ടടുത്ത് ഇരുന്നു. അന്ന് അവൾ കണ്ടുപിടിച്ച പിഴകളിലൊന്ന് പിഴയൊടുക്കേണ്ടയാൾ അയാൾ കണ്ടിട്ടുള്ള ഒരു സ്വപ്നം വിവരിക്കണം എന്നായിരുന്നു. എന്നാൽ അതു വിജയിച്ചില്ല. സ്വപ്നങ്ങൾ ഒന്നുകിൽ തീരെ വിരസമോ അല്ലെങ്കിൽ തികച്ചും അസ്വാഭാവികമോ കെട്ടിച്ചമച്ചതോ ആയിരുന്നു. ബെലൊവ്സൊറൊവ് സ്വപ്നം കണ്ടത് മരത്തലയുള്ള ഒരു കുതിരയ്ക്ക് അയാൾ മത്സ്യം തീറ്റകൊടുത്തുവെന്നാണ്. മയ്ദാനൊവാകട്ടെ ഒരു നോവൽതന്നെ കെട്ടിച്ചമച്ചു. ശവപ്പെട്ടികളേയും, വീണവായിക്കുന്ന മാലാഖമാരേയും സംസാരിക്കുന്ന പുഷ്പങ്ങളേയും അശരീരികളേയും അയാൾ വർണ്ണിച്ചുതുടങ്ങി... ഒടുവിൽ സിനയീദ അയാളെ തടഞ്ഞു. "കഥ കെട്ടിച്ചമയ്ക്കാനാണു ഭാവമെങ്കിൽ നമുക്ക് മറ്റൊരു മാർഗ്ഗം കണ്ടുപിടിക്കാം." സിനയീദ പറഞ്ഞു. "ഒരിക്കലും സംഭവിച്ചിട്ടില്ലാത്ത ഓരോ കാര്യം ഓരോരുത്തരും പറയട്ടെ." ഇത്തവണയും ബൊലൊവ്സൊറൊവിനാണ് ആദ്യം ചീട്ടു കിട്ടിയത്.

ആ യുവഹുസാർ അമ്പരന്ന് നിന്നതേയുള്ളൂ. "എനിക്ക് ഒന്നും തോന്നുന്നില്ല," അയാൾ പറഞ്ഞു.

"അസംബന്ധം!" സിനയീദ വിളിച്ചു പറഞ്ഞു. "നിങ്ങൾ വിവാഹിതനാണെന്നു സങ്കല്പിക്കു. നിങ്ങൾ ഭാര്യയോടു എങ്ങനെ പെരുമാറുമെന്നു പറയൂ. നിങ്ങൾ അവളെ പൂട്ടിയിടുമോ?"

"തീർച്ചയായും പൂട്ടിയിടും."

“ശരി. അവൾ നിങ്ങളെ വഞ്ചിച്ചാലോ?”

“ഞാൻ അവളെ കൊല്ലും.”

“അവൾ ഓടിപ്പോയാലോ?”

“ഞാൻ പിന്നാലെ ചെന്ന് കൊല്ലും.”

“ശരി, ഞാനായിരുന്നു നിങ്ങളുടെ ഭാര്യയെന്ന് സങ്കൽപ്പിക്കുക. അപ്പോൾ നിങ്ങൾ എന്തു ചെയ്യുമായിരുന്നു.?”

ബെലൊവ്സോറൊവ് അല്പനേരം മിണ്ടാതെ നിന്നു.

“ഞാൻ ആത്മഹത്യചെയ്യേനെ.”

സിനയീദ പൊട്ടിച്ചിരിച്ചു.

“നിങ്ങളുടെ കഥ വളരെ ഹ്രസ്വമാണ്.” അവൾ പറഞ്ഞു. അടുത്ത ഊഴം സിനയീദയുടേതായിരുന്നു. അവൾ മച്ചിലേക്കു നോക്കിക്കൊണ്ട് അല്പനേരം ആലോചിച്ചു.

“പറയാം. കേട്ടോളൂ,” ഒടുവിൽ അവൾ പറയാനാരംഭിച്ചു. “ഞാൻ കണ്ടുപിടിച്ച കഥ ഇതാണ്. മനോഹരമായ ഒരു കൊട്ടാരം. ഒരു ഗ്രീഷ്മ രാത്രിയിൽ അവിടെ ഒരു നൃത്താഘോഷം നടക്കുയാണ്. യുവതിയായ രാജ്ഞി അതിഥികളെ സ്വീകരിച്ചുകൊണ്ടിരിക്കുന്നു. നോക്കുന്നിടത്തെല്ലാം സ്വർണ്ണവും മാർബിളും പട്ടും ശരറാന്തലുകളും നവരത്നങ്ങളും പൂക്കളും ചന്ദനത്തിരികളും എന്നു വേണ്ട ലോകത്തുള്ള സകല ആർഭാടവസ്തുക്കളും മാത്രം.

“നിങ്ങൾക്കു അതൊക്കെ ഇഷ്ടമാണ്. അല്ലേ?” ലൂഷിൻ ഇടയ്ക്കു ചോദിച്ചു.

“അവയ്ക്കെല്ലാം നല്ല മോടിയുണ്ട്. എനിക്ക് മോടി ഇഷ്ടമാണ്.” സിനയീദ മറുപടി പറഞ്ഞു.

“സൗന്ദര്യത്തേക്കാൾ ഇഷ്ടം മോടിയാണോ?”

“ഡോക്ടർ, നിങ്ങൾ അതിബുദ്ധിമാനാണ്. നിങ്ങൾ ഉദ്ദേശിക്കുന്നതെന്താണെന്ന് എനിക്കു മനസ്സിലാകുന്നില്ല. ഇനി തടസ്സപ്പെടുത്താതെ കഥ കേൾക്കൂ. നൃത്താഘോഷം അതിഭംഗീരമാണ്. അതിഥികൾക്കു കണക്കും കയ്യുമില്ല—എല്ലാവരും ചെറുപ്പക്കാരും സുമുഖന്മാരും ധൈര്യശാലികളുമാണ്. മാത്രവുമല്ല അവരിൽ ഓരോരുത്തരും രാജ്ഞിയിൽ അനുരക്തരുമാണ്.

“അതിഥികളുടെ കൂട്ടത്തിൽ സ്ത്രീകളാരുമില്ലേ?” മലേവ്സ്കി ചോദിച്ചു.

“ഇല്ല... ഒരു നിമിഷം... ഞാൻ ഒന്ന് ആലോചിച്ചുനോക്കട്ടെ, ഉണ്ട് സ്ത്രീകളുമുണ്ട്.”

“എല്ലാം വിരൂപികൾ?”

“അല്ല. സുന്ദരിമാരാണ്. പക്ഷേ പുരുഷന്മാർക്കു രാജ്ഞിയെ മാത്രമേ

നോട്ടമുള്ളു. നല്ല ഉയരമുള്ള ഒരു കൃശാംഗിയാണ് രാജ്ഞി. അവർ കറുത്ത നിബിഢമായ മുടിയിൽ സ്വർണ്ണം കൊണ്ടുള്ള മുടിപ്പൂ ചൂടിയിട്ടുണ്ട്.

ഞാൻ സിനയീദയെ നോക്കി. ആ നിമിഷത്തിൽ അവൾക്ക് ഞങ്ങളേക്കാളെല്ലാം പൊക്കമുണ്ടെന്നു തോന്നി. അവളുടെ വെളുത്ത നെറ്റിയും വളവില്ലാത്ത പുരികക്കൊടികളും അസാധാരണമായ ആജ്ഞാശക്തിയേയും ബുദ്ധിവൈഭവത്തേയും വിളംബരം ചെയ്യുന്നവയായിരുന്നു. "ഇവൾ തന്നെയാണ് രാജ്ഞി," ഞാൻ മനസ്സിൽ പറഞ്ഞു.

"എല്ലാവരും രാജ്ഞിയെ ചുറ്റും കൂടിനിന്ന് അവളെ മുഗ്ദ്ധകണ്ണും പ്രശംസിക്കുകയാണ്." സിനയീദ തുടർന്നു.

"പ്രശംസ അവൾക്കു ഇഷ്ടമാണ്. അല്ലേ?" ലൂഷിൻ ചോദിച്ചു.

"നിങ്ങളെക്കൊണ്ടു തോറ്റു. എപ്പോഴും തടസ്സപ്പെടുത്തുകയാണ്... പ്രശംസ ആർക്കാണ് ഇഷ്ടമില്ലാത്തത്?"

"ഒരു ചോദ്യം കൂടി." മലേവ്സ്കി പറഞ്ഞു. "രാജ്ഞിക്കു ഭർത്താവുണ്ടോ?"

"അക്കാര്യം ഞാൻ ആലോചിച്ചില്ല. ഇല്ല. അവൾക്കു ഭർത്താവെന്തിനാണ്?"

"നിശ്ശബ്ദത പാലിക്കൂ!" മയ്ദാനൊവ് തന്റെ പൊട്ടഫ്രെഞ്ചിൽ പറഞ്ഞു.

സിനയീദ അയാളോട് ഫ്രെഞ്ചിൽ നന്ദി പറഞ്ഞിട്ട് തുടർന്നു: "പ്രശംസകളും സംഗീതവും ശ്രദ്ധിച്ചുകൊണ്ട് രാജ്ഞി അവിടെ ഇരുന്നു. എന്നാൽ അവൾ അതിഥികളിൽ ഒരാളെപ്പോലും നോക്കുന്നില്ല. നിലം മുതൽ മച്ചുവരെ ഉയരമുള്ള ആറു ജനലുകൾ തുറന്നു കിടക്കുകയാണ്. അവയ്ക്കപ്പുറത്ത് നക്ഷത്രങ്ങൾ മിന്നിത്തിളങ്ങുന്ന ആകാശവും കൂറ്റൻ വൃക്ഷങ്ങൾ തിങ്ങിവളരുന്ന തോപ്പും കാണാം. ഇരുണ്ട മരങ്ങൾക്കിടയിൽ പ്രേതത്തെപ്പോലെ ഉയർന്നുയർന്നു പോകുന്ന ഒരു വെളുത്ത ജലധാരായന്ത്രമുണ്ട്. ആളുകളുടേയും സംഗീതത്തിന്റേയും ശബ്ദകോലാഹത്തിനിടയിൽ വെള്ളം തെറിച്ചുവീഴുന്ന മൃദുധ്വനി രാജ്ഞിക്കു കേൾക്കാം. ജനലിനു വെളിയിലേക്കു നോക്കിക്കൊണ്ടിരിക്കെ രാജ്ഞി വിചാരിച്ചു: "മാന്യരെ, നിങ്ങളെല്ലാവരും കുലീനന്മാരും ധനികരും ബുദ്ധിശാലികളുമാണ്. നിങ്ങൾ എന്നെ ചുറ്റിനില്ക്കുന്നു. ഞാൻ പറയുന്ന ഓരോ വാക്കും നിങ്ങൾ വേദവാക്യമായി കരുതുന്നു. എന്റെ കാല്ക്കൽ വീണു മരിക്കാൻ നിങ്ങൾ ഓരൊരുത്തരും തയ്യാറാണ്. നിങ്ങളെല്ലാവരും എന്റെ അടിമകളാണ്... എന്നാൽ അതാ അക്കാണുന്ന ജലധാരയുടെ ചുവട്ടിൽ ഞാൻ സ്നേഹിക്കുന്ന ആൾ എന്നെ അടിമയാക്കിയ ആൾ എന്നെ കാത്തുനില്ക്കുന്നുണ്ട്. അദ്ദേഹത്തിന് വിലപിടിച്ച വേഷഭൂഷാദികളോ രത്നങ്ങളോ ഇല്ല. പക്ഷേ അദ്ദേഹം എന്നെ കാത്തുനില്ക്കുകയാണ്. ഞാൻ ചെല്ലുമെന്ന് അദ്ദേഹത്തിനുറപ്പുണ്ട്. ഞാൻ തീർച്ചയായും ചെല്ലും. അദ്ദേഹത്തിന്റെയടുത്തേക്കു പോകാനും അദ്ദേഹത്തോടൊപ്പം നില്ക്കാനും മരങ്ങൾ മർമ്മരമുതിർക്കുകയും ജലധാരകൾ വെള്ളം തെറിപ്പിക്കുകയും ചെയ്യുന്ന

ആ ഇരുണ്ട തോപ്പിൽ അദ്ദേഹത്തോടൊപ്പം സ്വയം നഷ്ടപ്പെടാനും ഞാൻ ആഗ്രഹിക്കുന്നുണ്ടെങ്കിൽ എന്നെ തടയാൻ ഒരു ശക്തിക്കും കഴിയുകയില്ല..."

സിനയീദ സംസാരം നിർത്തി.

"ഇത് വെറും... കഥയാണോ?" മലേവ്സ്കി അർത്ഥംവച്ച് ചോദിച്ചു.

അയാളെ ഒന്നു നോക്കാൻപോലും സിനയീദ കൂട്ടാക്കിയില്ല.

"മാന്യരെ, നമ്മൾ ആ അതിഥികളുടെ ഇടയിൽ ഉണ്ടായിരുന്നെന്നു സങ്കല്പിക്കുക." പെട്ടെന്ന് ലൂഷിൻ പറഞ്ഞു. "ആ ഭാഗ്യവാൻ ജലധാരയുടെ സമീപം നില്ക്കുന്നുണ്ടെന്നറിഞ്ഞാൽ നമ്മിൽ ഓരോരുത്തരും എന്തു ചെയ്യുമായിരുന്നു?"

"ഒരു നിമിഷം!" സിനയീദ ഇടയ്ക്കുകയറി പറഞ്ഞു. "നിങ്ങളോരോരുത്തരും എന്തു ചെയ്യുമായിരുന്നെന്ന് ഞാൻ പറയാം. ബെലൊവ്സൊറൊവ് അയാളെ ദ്വന്ദയുദ്ധത്തിനു ക്ഷണിക്കുമായിരുന്നു. മയ്ദാനൊവ് ഒരു സൂക്തം എഴുതിയേനെ... ഇല്ലില്ല, സൂക്തമെഴുതാൻ നിങ്ങൾക്കറിഞ്ഞുകൂടാ. നിങ്ങൾ ബർബ്യോയുടെ[12] മാതൃകയിൽ നീണ്ട ദ്വിമാത്രികങ്ങളെഴുതി "ടെലിഗ്രാഫിൽ"[13]പ്രസിദ്ധപ്പെടുത്തിയേനെ. നമ്മുടെ നിർമാത്സ്കി എന്തു ചെയ്യുമായിരുന്നെന്നോ? അയാളോടു പണം കടം വാങ്ങിയേനെ, അല്ല, കൂടിയ പലിശയ്ക്ക് അയാൾക്കു പണം കടം കൊടുത്തേനേ. ഡോക്ടർ ലൂഷിൻ"—അവൾ തെല്ലിട മിണ്ടാതിരുന്നിട്ട് പറഞ്ഞു—"ലൂഷിൻ എന്തു ചെയ്യുമെന്ന് എനിക്കറിഞ്ഞുകൂടാ?"

"കൊട്ടാരം ഡോക്ടർ എന്ന നിലയ്ക്ക് ഞാൻ രാജ്ഞിയെ ഉപദേശിച്ചേനെ." ലൂഷിൻ പറഞ്ഞു. "അതിഥികളെ സൽക്കരിക്കാൻ ആഗ്രഹം തോന്നാത്ത ഒരവസരത്തിൽ നൃത്താഘോഷം നടത്തരുത് എന്നു ഞാൻ അവരോടു പറയുമായിരുന്നു."

"ആ ഉപദേശം ഒരുപക്ഷേ ശരിയായിരുന്നിരിക്കാം. കൗണ്ട് മലേവ്സ്കി, നിങ്ങൾ എന്തു ചെയ്യുമായിരുന്നു?"

"ഞാനോ?" തന്റെ കുടിലമായ പുഞ്ചിരിയോടെ മലേവ്സ്കി ചോദിച്ചു.

"നിങ്ങൾ അയാൾക്കു വിഷംചേർത്ത മിഠായി കൊടുത്തേനെ."

മലേവ്സ്കി ഒന്നു പരുങ്ങി, അപ്പോൾ അയാളുടെ മുഖഭാവം ഒരു കൗശലക്കാരന്റേതായിരുന്നു. എന്നാൽ അടുത്ത നിമിഷം അയാൾ പൊട്ടിച്ചിരിച്ചു.

"മെസ്യേ വൊൽദെമാർ എന്തു ചെയ്യുമായിരുന്നെന്നു നോക്കാം. സിനയീദ പറഞ്ഞു. "അല്ലെങ്കിൽ വേണ്ട, നമുക്ക് ഈ വിനോദം നിർത്തി മറ്റു വല്ലതും കളിക്കാം."

---

12 ബർബ്യോ(Barbier, 1803-1882) ഫ്രഞ്ചു വിപ്ലവ കവി.

13 "ടെലഗ്രാഫ്"—"മോസ്ക്കോ ടെലഗ്രാഫ്" എന്ന സാഹിത്യനിരൂപണ മാസിക (1925—1834)

“രാജ്ഞി തോട്ടത്തിലേയ്ക്കോട്ടുമ്പോൾ വിശ്വസ്തസേവകൻ എന്ന നിലയ്ക്ക് മെസ്യേ വൊൽദെമാർ രാജ്ഞിയുടെ കുപ്പായത്തിന്റെ തൊങ്ങൽ പൊക്കിപ്പിടിച്ചുകൊണ്ട് പിന്നാലെ ചെല്ലും.” മലേവ്സ്കി വിഷം പുരണ്ട വാക്കുകളിൽ അഭിപ്രായം പ്രകടിപ്പിച്ചു.

എന്റെ മുഖം ചുവന്നു. സിനയീദ എന്റെ തോളിൽ കൈവച്ചുകൊണ്ട് എണീറ്റുനിന്ന് വിറയാർന്ന ശബ്ദത്തിൽ പറഞ്ഞു.

“കൗണ്ട്! ഔദ്ധത്യം കാണിക്കാൻ ഞാൻ നിങ്ങൾക്ക് അവകാശം തന്നിട്ടില്ല. അതിനാൽ ഈ നിമിഷം ഇവിടുന്നു പുറത്തു പോകാൻ ഞാൻ നിങ്ങളോട് അപേക്ഷിക്കുന്നു,” അവൾ വാതില്ക്കലേക്കു കൈ ചൂണ്ടി.

“ദയകാണിക്കു പ്രഭുകുമാരി!” വിവർണ്ണ വദനനായിത്തീർന്ന മലേവ്സ്കി പറഞ്ഞു.

“പ്രഭുകുമാരി ചെയ്തത് ശരിയാണ്” എന്നു പറഞ്ഞുകൊണ്ട് ബെലൊവ് സോബവും എണീറ്റു നിന്നു.

“ഇത് ഞാൻ തീരെ പ്രതീക്ഷിച്ചില്ല!” മേലേവ്സ്കി തുടർന്നു. “ഞാൻ യാതൊന്നും ഉദ്ദേശിച്ചു പറഞ്ഞതല്ല. നിങ്ങളെ ആക്ഷേപിക്കണമെന്ന് ഞാൻ സ്വപ്നത്തിൽപ്പോലും വിചാരിച്ചിട്ടില്ല... ക്ഷമിക്കണം.”

സിനയീദ അയാളുടെനേരെ ശൈത്യംസ്ഫുരിക്കുന്ന ഒരു നോട്ടം എറിഞ്ഞു. തണുത്ത ഒരു ചിരി അവളുടെ ചുണ്ടിൽ വിരിഞ്ഞു.

“ശരി, ഇവിടെത്തന്നെ നിന്നോളു,” ഉദാസീനമായി കൈവീശിക്കൊണ്ട് സിനയീദ പറഞ്ഞു. “മെസ്യേ വൊൽദെമാറിനും എനിക്കു ശുണ്ഠി വന്നതിൽ ഖേദിക്കുന്നു. നിങ്ങൾക്ക് കടന്നലിനെപ്പോലെ കുത്താൻ ഇഷ്ടമാണ്. ഇഷ്ടംപോലെ കുത്തി രസിച്ചോളു!”

“ഞാൻ ക്ഷമാപണം ചെയ്യുന്നു.” മലേവ്സ്കി ആവർത്തിച്ചു. സിനയീദയുടെ പെരുമാറ്റം ശ്രദ്ധിച്ചുകൊണ്ടിരുന്ന എനിക്കു തോന്നി, തന്റെ അപ്രീതിക്കു പാത്രമായ ഒരാളെ തന്റെ സദസ്സിൽനിന്ന് ഇത്രയേറെ അന്തസ്സോടെ നിഷ്കാസനം ചെയ്യാൻ ഒരു യഥാർത്ഥ രാജ്ഞിക്കുപോലും കഴിയുകയില്ലെന്ന്.

പിഴയൊടുക്കൽ കളി പിന്നീട് അധികനേരം നീണ്ടുനിന്നില്ല. എല്ലാവരേയും ഒരുതരം മൗഢ്യം ബാധിച്ചിരുന്നു, എന്നാൽ മേല്പറഞ്ഞ അസുഖകരമായ ചെറിയ സംഭവം മാത്രമായിരുന്നില്ല അതിന്റെ കാരണം. അനിർവ്വചനീയവും അസഹ്യവുമായ ഒരു വികാരം എല്ലാവരുടേയും മനസ്സിനെ മഥിച്ചുകൊണ്ടിരുന്നു. ആരും അതേപ്പറ്റി ഒരക്ഷരം പുറത്തു പറഞ്ഞില്ലെങ്കിലും ഒരോരുത്തർക്കും അതനുഭവപ്പെട്ടിരുന്നു. തന്റെ ചുറ്റുമുള്ള എല്ലാവർക്കും അതനുഭവപ്പെടുന്നുണ്ടെന്ന് അവരിൽ ഓരോരുത്തർക്കും മനസ്സിലാവുകയും ചെയ്തു. മയ്ദാനൊവ് തന്റെ കവിത ചൊല്ലി, മലേവ്സ്കി അതിശയോക്തി കലർന്ന ആവേശത്തോടെ അതിനെ പ്രശംസിച്ചു.

“തന്റെ സദ്ഭാവം വെളിപ്പെടുത്താൻ അയാൾ ഇപ്പോൾ എത്ര പാടു പെടുന്നുണ്ടെന്നു നോക്കൂ!” ലൂഷിൻ എന്റെ ചെവിയിൽ മന്ത്രിച്ചു.

താമസിയാതെ ഞങ്ങൾ പിരിഞ്ഞു. പെട്ടെന്ന് സിനയീദ ചിന്താഗ്രസ്തയായിത്തീർന്നു. വൃദ്ധയായ പ്രഭ്വി തലവേദനയാണെന്ന് അറിയിച്ചു. നിർമാത്സ്കിയെ വാതം ശല്യപ്പെടുത്തി തുടങ്ങി,

വളരെ നേരത്തേക്ക് എനിക്ക് ഉറങ്ങാൻ കഴിഞ്ഞില്ല—സിനയീദ പറഞ്ഞ കഥ എന്റെ മനസ്സിൽ പതിഞ്ഞുകിടന്നു.

“അതിൽ എന്തെങ്കിലും ഒരു സൂചന ഉണ്ടായിരുന്നോ?” ഞാൻ സ്വയം ചോദിച്ചു.

“ഉണ്ടായിരുന്നെങ്കിൽ എന്താണത്? ആരെയാണ് അവൾ ഉദ്ദേശിക്കുന്നത്? അതിൽ യാഥാർത്ഥ്യത്തിന്റെ കണികയെങ്കിലും ഉണ്ടായിരുന്നെങ്കിൽ അവൾ അതിനു ധൈര്യപ്പെടുമായിരുന്നോ? ഇല്ല, തീർച്ചയായും ഇല്ല,” ചുട്ടുപൊള്ളുന്ന കവിളുകൾ തലയിണയിൽ അമർത്തിക്കൊണ്ട് ഞാൻ മന്ത്രിച്ചു... ആ കഥ പറഞ്ഞപ്പോഴുള്ള സിനയീദയുടെ മുഖഭാവം ഞാൻ ഓർത്തു... നെസ്കുച്നി തോട്ടത്തിൽ നടക്കാൻ പോയപ്പോൾ ലൂഷിന്റെ നാവിൽ നിന്ന് അറിയാതെ പുറത്തു ചാടിയ വാക്കുകൾ എനിക്ക് ഓർമ്മ വന്നു... അവളുടെ എന്നോടുള്ള പെരുമാറ്റത്തിൽ പൊടുന്നനെ വന്ന മാറ്റത്തെപ്പറ്റി ഞാൻ ആലോചിച്ചു... ഊഹാപോഹങ്ങൾ നടത്താനുള്ള ശ്രമത്തിൽ ഞാൻ മുഴുകി.

“ആരാണ് അത്?” ഇരുട്ടിൽ തീകൊണ്ടു കുറിച്ചിട്ടതു പോലെ ആ വാക്കുകൾ എന്റെ കൺമുമ്പിൽ സദാ പ്രത്യക്ഷപ്പെട്ടിരുന്നു. അശുഭസൂചകമായ ഒരു മേഘം താണുവന്ന് എന്റെ തലയ്ക്കു മുകളിൽ തൂങ്ങിനില്ക്കുന്നുണ്ടെന്ന് എനിക്കു തോന്നി. അതേതു നിമിഷവും പൊട്ടിത്തെറിക്കുമെന്നു ഞാൻ ഭയന്നു. അടുത്തകാലത്തായി ഞാൻ അസാധാരണമായ പലതും കാണുകയും കേൾക്കുകയും അതുമായി പഴകുകയും ചെയ്തുകഴിഞ്ഞിരുന്നു. പ്രഭ്വിയുടെ വീട്ടിൽ കണ്ട ചിട്ടയില്ലായ്മയും കൊഴുപ്പുകൊണ്ടുണ്ടാക്കിയ മെഴുകുതിരികളുടെ അറ്റങ്ങളും ഒടിഞ്ഞ കത്തികളും മുള്ളുകളും വൊനിഫാതിയുടെ മ്ലാനമായ മുഖവും മുഷിഞ്ഞ വസ്ത്രങ്ങളണിഞ്ഞ വേലക്കാരികളും, പ്രഭ്വികളുടെ വിചിത്രമായ പെരുമാറ്റരീതിയും, ആ വീട്ടിലുള്ളവരുടെ വിചിത്രമായ ജീവിതരീതി ആകെത്തന്നെയും ഇപ്പോൾ എന്നെ അത്ഭുതപ്പെടുത്താതായി... എന്നാൽ സിനയീദയെപ്പറ്റി അസ്പഷ്ടമായി എന്റെ മനസ്സിലേക്കു കടന്നു വന്ന ചില കാര്യങ്ങളുമായി പൊരുത്തപ്പെടാൻ എനിക്കു കഴിഞ്ഞില്ല... എന്റെ അമ്മ ഒരിക്കൽ അവളെപ്പറ്റി ഒരുമ്പെട്ടവൾ എന്നു പറയുന്നതു ഞാൻ കേട്ടു. എന്റെ ആരാധനാ വിഗ്രഹം, എന്റെ ദേവത ഒരുമ്പെട്ടവളെന്നോ! ആ വാക്ക് എന്നെ കുത്തി നോവിച്ചു. തലയിണയിൽ മുഖം മറച്ച് അതിൽ നിന്നു രക്ഷപ്പെടാൻ ഞാൻ ശ്രമിച്ചു. അതു കുടഞ്ഞു കളയാൻ ഞാൻ ശ്രമിച്ചു... അതേസമയം തന്നെ ജലധാരയുടെ അടുത്തു കാത്തുനില്ക്കുന്ന ആ ഭാഗ്യവാനാകാൻ ഞാനെത്ര

കൊതിച്ചെന്നോ! അതിനു വേണ്ടി എന്തു ത്യാഗവും സഹിക്കാൻ ഞാൻ സന്നദ്ധനായിരുന്നു.

എന്റെ സിരകളിൽ രക്തം തിളച്ചുമറിഞ്ഞു. "മരത്തോപ്പ്... ജലധാരായന്ത്രം..." ഞാൻ ആലോചിച്ചു. "ആ മരത്തോപ്പിൽ പോയി നിന്നാലോ?" നിമിഷംകൊണ്ട് ഞാൻ വസ്ത്രം ധരിച്ച് പുറത്തു കടന്നു. നല്ല ഇരുട്ടുള്ള ഒരു രാത്രിയായിരുന്നു അത്. മരങ്ങൾ മൃദുസ്വരത്തിൽ എന്തോ മന്ത്രിച്ചുകൊണ്ടിരുന്നു. ആകാശം പ്രശാന്തമായ കുളിർ പൊഴിച്ചുകൊണ്ടിരുന്നു. മലക്കറിത്തോട്ടത്തിൽ നിന്നും പെരിംജീരകച്ചെടിയുടെ നേരിയ സുഗന്ധം പ്രവഹിച്ചു. മരത്തോപ്പിലുള്ള എല്ലാ നടക്കാവുകളിലൂടെയും ഞാൻ നടന്നു. എന്റെ പതിഞ്ഞ കാലടി ശബ്ദം എന്നെ ഭയപ്പെടുത്തുകയും എന്നെ ഉത്സാഹഭരിതനാക്കുകയും ചെയ്തുകൊണ്ടിരുന്നു. ഇടയ്ക്കിടെ നടപ്പ നിർത്തി ഞാൻ എന്റെ ഹൃദയമിടിപ്പ് ശ്രദ്ധിച്ചു—അതു ദ്രുതഗതിയിൽ ശക്തിയായി മിടിച്ചുകൊണ്ടിരുന്നു. ഒടുവിൽ ഞാൻ വേലിക്കടുത്തുചെന്ന് അതിന്റെ വണ്ണം കുറഞ്ഞ തൂണിൽ ചാരിനിന്നു. പെട്ടെന്ന് ഒരു സ്ത്രീരൂപം എന്നെ കടന്നുപോയി—അതോ എനിക്കു വെറുതെ തോന്നിയതാണോ? ശ്വാസമടക്കിപ്പിടിച്ചുകൊണ്ട് ഞാൻ ഇരുട്ടിലേക്കു കണ്ണുമിഴിച്ച് നോക്കി... എന്താണീ കേൾക്കുന്നത്? ആരുടെയെങ്കിലും കാൽപ്പെരുമാറ്റമാണോ അതോ എന്റെ സ്വന്തം ഹൃദയമിടിപ്പാണോ? "ആരാണത്?" എന്റെ ചുണ്ടുകൾ മന്ത്രിച്ചു. വീണ്ടും ഞാൻ കാതോർത്തു നിന്നു. അടക്കിപ്പിടിച്ച ഒരു ചിരിയാണോ കേൾക്കുന്നത്... അതോ മരക്കൊമ്പ് ഉലയുന്ന ശബ്ദമാണോ? എന്റെ ചെവിയുടെ തൊട്ടടുത്ത് ആരോ നെടുവീർപ്പിടുന്നുണ്ടോ? ഞാൻ ആകെ പരിഭ്രമിച്ചു. "ആരാണത്"? ഞാൻ വീണ്ടും മന്ത്രിച്ചു.

നിമിഷനേരത്തേക്ക് ഒരു ഇളംകാറ്റ് വീശി. ആകാശത്തിൽ എന്തോ ഒന്ന് പാഞ്ഞുപോയി—നക്ഷത്രപ്പകർച്ച. "സിനയീദയാണോ" എന്നു ചോദിക്കാൻ എനിക്ക് ആഗ്രഹമുണ്ടായിരുന്നു. എന്നാൽ എന്റെ ചുണ്ടുകളിൽനിന്ന് അതു പുറത്തു വന്നില്ല. പൊടുന്നനെ, അർദ്ധരാത്രിയിൽ പലപ്പോഴും സംഭവിക്കാറുള്ളപോലെ ഗാഢമായ നിശ്ശബ്ദത സർവ്വത്ര വ്യാപിച്ചു... ചീവീടുകൾപോലും മൗനം പൂണ്ടു. എവിടെയോ ഒരു ജനൽ അടയുന്ന ശബ്ദം കേട്ടു. ഞാൻ അല്പനേരം അവിടെ നിന്നിട്ട് എന്റെ മുറിയിലേക്കു തിരിച്ചുപോയി തണുത്ത മെത്തയിൽ അഭയം തേടി. വിചിത്രമായ ഒരു ഉദ്വേഗം എനിക്കനുഭവപ്പെട്ടു—ഞാൻ ഒരു സമാഗമത്തിനു പോയെന്നും എന്നാൽ അവിടെ ഞാൻ ഒറ്റയ്ക്കായിരുന്നെന്നും മറ്റൊരാളുടെ സൗഭാഗ്യത്തെ ഞാൻ മറികടന്നുപോയെന്നും എനിക്കു തോന്നി.

XVII

പിറ്റേന്ന് സിനയീദയെ ഒരു നോക്കു കാണാൻ മാത്രമേ എനിക്കു കഴിഞ്ഞുള്ളൂ. അവൾ പ്രഭ്വിയോടൊപ്പം കുതിരവണ്ടിയിൽ കയറി എങ്ങോട്ടോ പോവുകയായിരുന്നു. അന്നു ലൂഷിനെ ഞാൻ കണ്ടുമുട്ടി. എന്നാൽ അയാൾ എന്നെ അഭിവാദ്യം ചെയ്തിട്ട് കടന്നുപോവുകയാണുണ്ടായത്. മലേവ്സ്കിയേയും അന്നു ഞാൻ കണ്ടു. യുവാവായ ആ കൗണ്ട് എന്നെ നോക്കി ചിരിച്ചുകാണിക്കുകയും സൗഹൃദഭാവത്തിൽ എന്നോടു സംസാരിക്കുകയും ചെയ്തു. പ്രഭ്വിയുടെ വസതിയിലെ സന്ദർശകരുടെ കൂട്ടത്തിൽ മലേവ്സ്കി ഒരാൾക്കു മാത്രമേ ഞങ്ങളുടെ വീട്ടിൽ കടന്നുവരാനും അമ്മയുടെ പ്രീതി സമ്പാദിക്കാനും കഴിഞ്ഞുള്ളൂ. എന്നാൽ എന്റെ അച്ഛന് അയാളെ പിടിച്ചില്ല. അവജ്ഞകലർന്ന വിനയഭാവത്തോടെയാണ് അദ്ദേഹം അയാളോടു പെരുമാറിയിരുന്നത്.

"ഇതാ, നമ്മുടെ രാജസേവകൻ!" എന്നു പറഞ്ഞാണ് മലേവ്സ്കി എന്നെ അഭിവാദ്യം ചെയ്തത്. "എന്തൊക്കെയാണു വിശേഷം? സുന്ദരിയായ നിങ്ങളുടെ രാജ്ഞി എന്തു ചെയ്യുന്നു?"

അഴകും ആരോഗ്യവും ഒത്തിണങ്ങിയ ആ മുഖവും അവഹേളനവും പരിഹാസവും കലർന്ന അയാളുടെ നോട്ടവും അപ്പോൾ എനിക്ക് അങ്ങേയറ്റം അരോചകമായി തോന്നിയതിനാൽ ഞാൻ മറുപടി ഒന്നും പറഞ്ഞില്ല. പിണക്കം മാറിയില്ലേ?" അയാൾ തുടർന്നു. "എന്നോടു പിണങ്ങേണ്ട കാര്യമില്ല. നിങ്ങളെ സേവകൻ എന്നു വിളിച്ചത് ഞാനല്ലല്ലോ. സാധാരണയായി രാജ്ഞിമാർക്കാണ് സേവകന്മാർ ഉള്ളത്. അതെന്തായാലും നിങ്ങൾ നിങ്ങളുടെ കടമ ശരിക്കു നിർവ്വഹിക്കുന്നില്ലെന്നു പറയാതെ തരമില്ല.'

"എന്റെ കടമയോ?"

"അതെ. ഒരു സേവകൻ തന്റെ യജമാനത്തിയുടെ സമീപത്തു നിന്ന് ഒരിക്കലും മാറാൻ പാടില്ല. യജമാനത്തി എന്തു ചെയ്യുകയാണെന്ന് സദാ, അതായത് രാപകൽ, ഒരു സേവകൻ അറിഞ്ഞിരിക്കേണ്ടതാണ്. പകൽ നല്ല വെളിച്ചമുണ്ട്, ചുറ്റുപാടും ധാരാളം ആളുകളുമുണ്ട്. എന്നാൽ രാത്രിയിൽ അങ്ങനെയല്ല—അപ്പോഴാണ് നിങ്ങൾ ജാഗ്രത പാലിക്കേണ്ടത്. നിങ്ങൾ രാത്രിയിൽ ഉറങ്ങാതെ കാത്തിരിക്കണം എന്നാണ് എന്റെ അഭിപ്രായം. കണ്ണു തുറന്ന് കാത്തിരിക്കുക. മരത്തോപ്പും രാത്രിയും ജലധാരായന്ത്രവും ഓർമ്മയുണ്ടല്ലോ—അവിടെയാണ്

കാത്തിരിക്കേണ്ടത്. ഈ ഉപദേശം തരുന്നതിന് ഒരിക്കൽ നിങ്ങൾ എന്നോട് നന്ദി പറയും."

മലേവ്സ്കി ചിരിച്ചുകൊണ്ട് തിരിച്ചുനടന്നു. താൻ പറഞ്ഞ വാക്കുകൾക്ക് അയാൾ വലിയ പ്രാധാന്യമൊന്നും കല്പിച്ചിരുന്നില്ലെന്നു തോന്നി. ആളുകളെ വെറുതെ പറ്റിക്കാൻ അയാൾക്കിഷ്ടമായിരുന്നെന്ന് എല്ലാവർക്കും അറിയാം. പൊയ്മുഖനൃത്തങ്ങളിൽ ആളുകളെ കബളിപ്പിക്കാൻ അയാൾക്കൊരു പ്രത്യേക വിരുതുണ്ടായിരുന്നു. അയാളുടെ സ്വഭാവത്തിന്റെ ഒരു ഭാഗമായിത്തീർന്നിരുന്ന കാപട്യം അയാളെ അതിനു സഹായിച്ചിരുന്നുവെന്നു വേണം ഊഹിക്കാൻ... അയാൾ എന്നെ പരിഹസിക്കാൻവേണ്ടി മാത്രം പറഞ്ഞതാണെങ്കിലും ആ വാക്കുകൾ ഓരോന്നും ഓരോ വിഷബിന്ദുവായി എന്റെ സിരകളിൽ പടർന്നു. എന്റെ തലയ്ക്കുള്ളിലേക്ക് രക്തം ഇരച്ചുകയറി. "ഓഹോ, അപ്പോൾ അതാണു കാര്യം!" ഞാൻ സ്വയം പറഞ്ഞു. "കൊള്ളാം! മരത്തോപ്പിലേക്ക് പോകാൻ എനിക്കു തോന്നിയത് വെറുതെയായിരുന്നില്ലെന്നർത്ഥം! ഇത് അനുവദിച്ചുകൂടാ!" കൈ ചുരുട്ടി നെഞ്ചിലിടിച്ചുകൊണ്ട് ഞാൻ ഉറക്കെ പറഞ്ഞു. എന്നാൽ എന്താണ് അനുവദിച്ചുകൂടാത്തതെന്ന് എനിക്കുതന്നെ നിശ്ചയമില്ലായിരുന്നു. "മലേവ്സ്കിയായിരിക്കുമോ തോപ്പിൽ എത്തുന്നത്?" ഞാൻ ആലോചിച്ചു. "അയാൾ സ്വന്തം രഹസ്യം പുറത്തുവിട്ടതാണെന്നു വരാം. അയാൾ അതിനു മടിക്കുന്നവനല്ല, അതോ മറ്റാരെങ്കിലും ആയിരിക്കുമോ?" (ഞങ്ങളുടെ തോപ്പിനു ചുറ്റുമുള്ള മതിലിനു പൊക്കം കുറവാണ്, അതു ചാടിക്കടക്കാൻ ആർക്കും കഴിയും) "വരുന്നത് ആരുതന്നെയായാലും കരുതിയിരിക്കട്ടെ! അയാൾക്ക് എന്നെ നേരിടേണ്ടിവരും! പ്രതികാരം വീട്ടാൻ എനിക്കറിയാമെന്ന് ഞാൻ മാലോകരേയും ആ കാപട്യക്കാരിയേയും (അതെ. കാപട്യക്കാരി എന്നുതന്നെയാണു ഞാൻ അവളെ വിളിച്ചത്!) കാണിച്ചു കൊടുക്കും!"

ഞാൻ എന്റെ മുറിയിൽ ചെന്ന് മേശവലിപ്പു തുറന്ന് ഒരു പേനാക്കത്തി പുറത്തെടുത്തു. അത് ആയിടെ വാങ്ങിയതായിരുന്നു. ഞാനതിന്റെ തണുത്ത വായ്ത്തല തൊട്ടുനോക്കി. കരുതിക്കൂട്ടി എല്ലാം നിശ്ചയിച്ച് ഉറച്ച പരിചയസമ്പന്നനായ ഒരുവന്റെ ഭാവത്തോടെ ഞാനതു പോക്കറ്റിലിട്ടു. എന്റെ ഹൃദയം കോപം കൊണ്ടു വിറച്ചു. പിന്നീട് അതു ശിലപോലെ മരവിച്ചെന്നു തോന്നി. നെറ്റി ചുളിക്കുകയും ചുണ്ടുകൾ അമർത്തിപ്പിടിക്കുകയും ചെയ്തുകൊണ്ട് ഞാൻ അന്നു പകൽ മുഴുവൻ എന്റെ മുറിയിൽ അങ്ങോട്ടുമിങ്ങോട്ടും നടന്നുകൊണ്ടിരുന്നു. എന്റെ പോക്കറ്റിൽ കിടന്ന് ചൂടായ പേനാക്കത്തിയിൽ കൈ വച്ചുകൊണ്ട് ഭയങ്കരമായ എന്തോ ഒരു സംഭവത്തെ അഭിമുഖീകരിക്കാൻ ഞാൻ തയ്യാറെടുത്തുകൊണ്ടിരുന്നു. ഈ പുതിയ അനുഭൂതി എനിക്കു പുത്തരിയായിരുന്നതുകൊണ്ട് ഞാൻ അതിൽ ആമഗ്നനായി, അതിൽ ആഹ്ലാദം കണ്ടെത്തുകപോലും ചെയ്തു. അങ്ങനെ ഞാൻ സിനയീദയെ തന്നെ മറന്നു. അലേക്കൊയേയും യുവജിപ്സിയേയും എനിക്ക് ഓർമ്മ വന്നു. "യുവാവേ, നീ എങ്ങോട്ടാണ്?

അവിടെ കിടക്കു!...[14] എന്നും "നിന്റെ ദേഹമാകെ ചോരയിൽ മുങ്ങിയിരിക്കുന്നു! ഹാ, നീ എന്താണു ചെയ്തത്?" "ഒന്നുമില്ല!" എന്നുമുള്ള വരികൾ ഞാൻ ഉരുവിട്ടുകൊണ്ടിരുന്നു. ദുഷ്ടതനിറഞ്ഞ ഒരു പുഞ്ചിരിയോടെ ഞാൻ ആവർത്തിച്ചു: "ഒന്നുമില്ല!" അച്ഛൻ വീട്ടിലുണ്ടായിരുന്നില്ല. എന്നാൽ ഈയിടെയായി അടക്കാനാവാത്ത ഈർഷ്യകൊണ്ട് സദാ അസ്വസ്ഥയായിക്കഴിഞ്ഞിരുന്ന എന്റെ അമ്മ ഏതോ ഒരത്യാഹിതത്തിന്റെ സൂചന ഒളിഞ്ഞിരുന്ന എന്റെ മുഖഭാവം കണ്ടിട്ട് അത്താഴസമയത്ത് എന്നോടു ചോദിച്ചു: "നീ എന്താണ് എലിയെ കണ്ട പൂച്ചയെപ്പോലിരിക്കുന്നത്? കാര്യമെന്താണ്?"

അതിനു മറുപടിയായി ഞാൻ ദാക്ഷിണ്യപൂർവ്വം ഒന്നു പുഞ്ചിരിക്കുക മാത്രമാണു ചെയ്തത്. "അവർ ഇതറിഞ്ഞിരുന്നെങ്കിൽ!" എന്നു ഞാൻ മനസ്സിൽ വിചാരിച്ചു. മണി പതിനൊന്നടിച്ചു. ഞാൻ എന്റെ മുറിയിലേക്കു പോയി. എന്നാൽ വസ്ത്രങ്ങൾ മാറ്റിയില്ല. പാതിരായാകാൻ കാത്തിരിക്കുകയായിരുന്നു ഞാൻ. ഒടുവിൽ മണി മുഴങ്ങി. "സമയമായി!" പല്ലു കടിച്ചുകൊണ്ട് അങ്ങനെ പറഞ്ഞിട്ടു ഞാൻ തോട്ടത്തിലേക്കിറങ്ങി.വീട്ടിൽ നിന്നിറങ്ങുന്നതിനുമുമ്പ് ഞാൻ ഒരു മുൻകരുതൽ എന്ന നിലയ്ക്ക് എന്റെ ജാക്കറ്റിന്റെ ബട്ടണുകൾ എല്ലാം ഇടുകയും കൈതെറുത്തു വയ്ക്കുകയും ചെയ്തു.

കാത്തിരിക്കേണ്ട സ്ഥലം ഏതെന്ന് ഞാൻ നേരത്തേതന്നെ തീരുമാനിച്ചിരുന്നു. തോട്ടത്തിന്റെ അങ്ങേയറ്റത്ത്, ഞങ്ങളുടെ ഭാഗവും പ്രഭ്വിയുടെ ഭാഗവും തമ്മിൽ വേർതിരിക്കുന്ന വേലിപുരയിടത്തിനു ചുറ്റുമുള്ള പൊതുവായ മതിലിൽ ചെന്ന് മുട്ടുന്നിടത്ത് ഒറ്റതിരിഞ്ഞു നില്ക്കുന്ന ഒരു ഫെർമരമുണ്ടായിരുന്നു. അതിന്റെ താണു കിടക്കുന്ന ശിഖരങ്ങൾക്കിടയിൽ ഒളിച്ചിരുന്നാൽ ചുറ്റുമുള്ളതെല്ലാം കാണാം, അതായത് ഇരുട്ട് അനുവദിക്കുന്നിടത്തോളം. അവിടെ ഒരു ചെറിയ പാതയുണ്ടായിരുന്നു. ആ പാതയെ ചുറ്റിപറ്റി എന്തൊക്കെയോ രഹസ്യങ്ങളുണ്ടെന്ന് എനിക്ക് പലപ്പോഴും തോന്നിയിട്ടുണ്ട്. അത് വേലിക്കടിയിലേക്ക് പാമ്പിനെപ്പോലെ വളഞ്ഞു കയറിക്കിടന്നിരുന്ന ഒരിടമുണ്ട്. ആ പ്രത്യേകസ്ഥലം വേലി ചാടികടക്കുന്നവരുടെ കാലുകൾ ചവിട്ടിമെതിച്ച നിലയിലായിരുന്നു കാണപ്പെട്ടത്. അവിടുന്ന് അക്കേഷ്യാ ചെടികൾ വളർന്നുണ്ടായ വൃത്താകൃതിയിലുള്ള ഒരു വള്ളിക്കുടിലിലേക്ക് ആ പാത നീണ്ടു കിടന്നു. ഞാൻ ഫെർമരത്തിന്റെ ചുവട്ടിൽ ചെന്ന് അതിന്റെ തടിയിൽ ചാരിനിന്നുകൊണ്ട് ചുറ്റുപാടും നിരീക്ഷിച്ചു തുടങ്ങി.

തലേ രാത്രി പോലെ തന്നെ നിശ്ചലമായ ഒരു രാത്രിയായിരുന്നു അത്. എന്നാൽ ആകാശത്തിൽ കാർമേഘങ്ങൾ കുറവായിരുന്നു. അതിനാൽ കുറ്റിച്ചെടികളുടേയും പൊക്കമുള്ള പൂച്ചെടികളുടേയും രൂപങ്ങൾ കൂടുതൽ സ്പഷ്ടമായി കാണാൻ കഴിഞ്ഞു. കാത്തുനില്പിന്റെ

14 യുവാവേ നീ എങ്ങോട്ടാണ്?... പുഷ്കിന്റെ റൊമാന്റിക് കവിതയായ "ജിപ്സി" യിലെ കഥാനായകനായ അലേക്കൊയുടെ വാക്കുകളാണ് ഇവയെല്ലാം.

ആദ്യത്തെ കുറെ നിമിഷങ്ങൾ ആയാസകരം മാത്രമല്ല ഭയാനകം പോലു മായിരുന്നു. ഞാൻ എന്തിനും തയ്യാറായിരുന്നു! എന്നാൽ എങ്ങനെ കാര്യം നടത്തണമെന്ന് ഇനിയും ഞാൻ തീരുമാനിച്ചു കഴിഞ്ഞിരുന്നില്ല. "എവിടെ പോകുന്നു! നില്ക്കവിടെ! സത്യം പറഞ്ഞില്ലെങ്കിൽ കൊല്ലും!" എന്നൊക്കെ വിളിച്ചു പറയണമെന്നോ അതോ ഇരുട്ടത്ത് മിണ്ടാതെ ചെന്ന് കുത്തിയാൽ മതിയോ? കരിയിലെ അനങ്ങുന്ന ശബ്ദവും കാറ്റ ടിക്കുന്ന ശബ്ദവും എന്നുവേണ്ട ഏതു ശബ്ദവും തികച്ചും അസാധാര ണവും പ്രാധാന്യമർഹിക്കുന്നതുമാണെന്ന് എനിക്കു തോന്നി... ഞാൻ ചാടിവീഴാൻ തയ്യാറായി മുന്നോട്ടാഞ്ഞു നിന്നു... അങ്ങനെ അരമണി ക്കൂർ കഴിഞ്ഞു, ഒരു മണിക്കൂർ കഴിഞ്ഞു. ഞാൻ ശാന്തനായിത്തീർന്നു. ആദ്യത്തെ ആവേശം അല്പം തണുത്തു. ഞാൻ ഇറങ്ങിപ്പുറപ്പെട്ടത് വെറുതെയാണെന്നും സ്വയം വിഡ്ഢിയാവുകമാത്രമാണ് ഞാൻ ചെയ്യു ന്നതെന്നും മലേവ്സ്കി എന്നെ പരിഹസിക്കുകയായിരുന്നെന്നും ക്രമേണ എനിക്കു മനസ്സിലായി. ഞാൻ എന്റെ ഒളിസ്ഥലം വിട്ട് തോട്ടത്തിൽ ചുറ്റി നടന്നു. എന്നെ പരിഹസിക്കാനായി തോട്ടവും പരിസരവും മനപ്പൂർവ്വം മൗനം ഭജിക്കുകയാണെന്ന് എനിക്കു തോന്നി—അവിടെ അത്രയ്ക്ക് നിശ്ശബ്ദമായിരുന്നു. ഞങ്ങളുടെ പട്ടിപോലും തോട്ടവാതിലിനടുത്ത് ചുരുണ്ടുകൂടി കിടന്ന് ഉറങ്ങുകയായിരുന്നു. ഞാൻ പൊളിഞ്ഞു കിടന്ന സസ്യസംരക്ഷണശാലയുടെ മതിലിൽ കയറി ദൂരെയുള്ള വയലുകളി ലേക്കു നോക്കി ഇരുന്നു. സിനയീദയെ അവിടെവച്ച് കണ്ടുമുട്ടിയതിന്റെ ഓർമ്മകൾ അയവിറക്കിക്കൊണ്ട് ഞാൻ മനോരാജ്യത്തിൽ മുഴുകി.

പെട്ടെന്ന് ഞാൻ ഞെട്ടി... എവിടെയോ ഒരു വാതിൽ കിരുകിരുക്കു ന്ന ശബ്ദം കേട്ടെന്ന് എനിക്കു തോന്നി. ചുള്ളിക്കമ്പുകൾ ഞെരിഞ്ഞൊടി യുന്ന നേരിയ ശബ്ദവും ഞാൻ കേട്ടു. രണ്ടു ചാട്ടം കൊണ്ട് നിലത്തിറങ്ങിയ ഞാൻ അവിടെത്തന്നെ മരവിച്ചു നിന്നുപോയി! ഒച്ചകേൾപ്പിക്കാതെ ധൃതിയിൽ തോട്ടത്തിലൂടെ നടന്നുവരുന്ന പതിഞ്ഞ കാലടിശബ്ദം വ്യ ക്തമായി കേൾക്കാമായിരുന്നു... അത് അടുത്തടുത്തു വന്നുകൊണ്ടിരുന്നു. "ഒടുവിൽ അയാൾ വന്നു," ഞാൻ വിചാരിച്ചു. അടിമുടി വിറച്ചുകൊണ്ട് ഞാൻ പോക്കറ്റിൽ നിന്ന് കത്തി പുറത്തെടുത്ത് നിവർത്തി—എന്റെ കണ്ണിനു മുമ്പിൽ ചുവന്ന തീപ്പൊരികൾ വട്ടം കറങ്ങി, ഭയവും കോപവും കൊണ്ട് എന്റെ രോമങ്ങൾ എഴുന്നുനിന്നു... ഞാൻ നിന്നിരുന്ന അതേ സ്ഥലത്തേക്കുതന്നെയാണ് ആ കാലുകൾ നടന്നടുത്തതു—കാലൊച്ച കേൾക്കുന്നിടത്തേക്ക് തലനീട്ടി ഞാൻ നിലത്തു പതുങ്ങിയിരുന്നു... ഒരു മനുഷ്യൻ അവിടെ പ്രത്യക്ഷപ്പെട്ടു—ദൈവമേ! അതെന്റെ അച്ഛനായി രുന്നു!

ഒരു കറുത്ത മേലങ്കികൊണ്ട് ദേഹവും തൊപ്പികൊണ്ട് മുഖത്തിന്റെ പകുതിഭാഗവും മറച്ചാണ് അച്ഛൻ നടന്നിരുന്നതെങ്കിലും ഒറ്റ നോട്ടത്തിൽ ത്തന്നെ ഞാൻ അദ്ദേഹത്തെ തിരിച്ചറിഞ്ഞു. അദ്ദേഹം പെരുവിരൽ കുത്തിനടന്ന് എന്നെ കടന്നുപോയി. യാതൊരു മറയുമില്ലാതെയാണ്

ഞാൻ ഇരുന്നിരുന്നതെങ്കിലും അദ്ദേഹം എന്നെ കണ്ടില്ല, കാരണം ഞാൻ മണ്ണിനോടു ചേർന്ന് കുനിക്കൂടി മണ്ണിന്റെ തന്നെ ഭാഗമായി ത്തീർന്നതുപോലെ ഇരിക്കുകയായിരുന്നു. ഒരൊറ്റ നിമിഷംകൊണ്ട് രക്തദാഹിയായ ഒഥല്ലോ ഒരു സ്കൂൾക്കുട്ടിയായി മാറി... തികച്ചും അപ്രതീക്ഷിതമായി അച്ഛന്റെ രൂപം കൺമുമ്പിൽ പ്രത്യക്ഷപ്പെട്ടതു കണ്ടു ദയവിഹ്വലനായിത്തീർന്ന ഞാൻ അദ്ദേഹം എവിടുന്നാണു വന്നതെന്നോ എങ്ങോട്ടാണു പോകുന്നതെന്നോ ആദ്യം ശ്രദ്ധിച്ചതേയില്ല. ചുറ്റുപാടും വീണ്ടും നിശ്ശബ്ദത പരന്നശേഷം കൈകാലുകൾ നിവർത്തിക്കൊണ്ട് ഞാൻ ആലോചിച്ചു. “അച്ഛൻ ഈ അസമയത്ത് തോട്ടത്തിൽ എന്തു ചെയ്യുകയായിരുന്നു?” പേടികൊണ്ട് എന്റെ കയ്യിൽനിന്ന് കത്തി വീണു പോയിരുന്നു. എന്നാൽ അതു തപ്പിയെടുക്കാൻ എനിക്കു ലജ്ജതോന്നി. പെട്ടെന്ന് എനിക്ക് സമചിത്തത കൈവന്നു. എന്നാൽ വീട്ടിലേക്കു തിരിച്ചു പോകുന്ന വഴി എൽഡർമരത്തിന്റെ ചുവട്ടിലുള്ള എന്റെ ബഞ്ചിനടുത്തു ചെന്ന് നിന്ന് സിനയീദയുടെ ജനലിലേക്കു നോക്കാതിരിക്കാൻ എനിക്കു കഴിഞ്ഞില്ല. അല്പം ഉന്തിനിന്ന ജനാലച്ചില്ലുകൾ നേരിയ നിശാവെളിച്ചമേറ്റ് ഇളം നീല നിറത്തിൽ തിളങ്ങി. പെട്ടെന്ന് അവയ്ക്ക് നിറഭേദം വന്നു... അവയ്ക്കു പിന്നിൽ ഇളം നിറത്തിലുള്ള ഒരു കർട്ടൻ മെല്ലെ താണുവന്ന് ജനാല മുഴുവൻ മൂടുന്നതു വ്യക്തമായി ഞാൻ കണ്ടു. കർട്ടന്റെ അടിവശം ജന്നല്പടിയിൽ വന്നു വിശ്രമിച്ചു.

“ഇതിന്റെയെല്ലാം അർത്ഥമെന്താണ്.” മുറിയിൽ തിരിച്ചെത്തിയ ഞാൻ അറിയാതെ ഉറക്കെ ചോദിച്ചുപോയി.

“ഇതൊരു സ്വപ്നമോ യാദൃച്ഛിക സംഭവമോ ആണോ? അതോ?...” അപ്പോൾ എന്റെ മനസ്സിലേക്കു പൊന്തിവന്ന സംശയം തികച്ചും പുതിയതും അതിവിചിത്രവുമായിരുന്നു—അതേപ്പറ്റി ചിന്തിക്കാൻപോലും ഞാൻ ധൈര്യപ്പെട്ടില്ല.

XVIII

കഠിനമായ തലവേദനയുമായാണ് പിറ്റേന്ന ഞാൻ ഉറക്കമുണർന്നത്. തലേ ദിവസത്തെ ഉദ്വേഗം അപ്രത്യക്ഷമായിക്കഴിഞ്ഞിരുന്നു. നൊമ്പരപ്പെടുത്തുന്ന ഒരുതരം അമ്പരപ്പും ദുഃഖവും അതിന്റെ സ്ഥാനം ഏറ്റെടുത്തു. എന്റെ ഉള്ളിൽ എന്തോ ഒന്ന് മരിച്ചുകൊണ്ടിരിക്കുകയാണെന്ന് എനിക്കു തോന്നി. അത്തരം ഒരവസ്ഥ ജീവിതത്തിൽ അതിനു മുമ്പൊരിക്കലും ഉണ്ടായിട്ടില്ല.

"തലച്ചോറിന്റെ പകുതിഭാഗം നീക്കം ചെയ്ത ഒരു മുയലിനെപ്പോലെയാണ് ഇപ്പോൾ താനിരിക്കുന്നത്," യാദൃശ്ചികമായി എന്നെ കണ്ടുമുട്ടിയ ലൂഷിൻ പറഞ്ഞു.

രാവിലെ കാപ്പികുടിച്ചുകൊണ്ടിരിക്കുമ്പോൾ ഞാൻ രഹസ്യമായി അച്ഛനേയും അമ്മയേയും നോക്കി. അച്ഛൻ പതിവുപോലെ ശാന്തനായിരുന്നു. പതിവുപോലെ അന്നും അമ്മയ്ക്ക് അടക്കിപ്പിടിച്ച ഈർഷ്യകൊണ്ട് വീർപ്പുമുട്ടുന്നുണ്ടെന്നു തോന്നി. ഇടയ്ക്കു ചിലപ്പോൾ ചെയ്യാറുള്ളതുപോലെ അച്ഛൻ എന്നോട് എന്തെങ്കിലും ഒരു നല്ലവാക്കു പറയുമെന്ന് ഞാൻ പ്രതീക്ഷിച്ചു. എന്നാൽ ഇത്തവണ, ദിവസവും പതിവുള്ള നിർവ്വികാരമായ ലാളനപോലും അച്ഛനിൽനിന്ന് എനിക്ക് ലഭിച്ചില്ല. "സിനയീദയോട് എല്ലാം പറഞ്ഞാലോ?" ഞാൻ ആലോചിച്ചു. "ഇനി എല്ലാം ഒരുപോലെയാണ്, ഞങ്ങൾ തമ്മിൽ ഉള്ള ബന്ധം അവസാനിച്ചിരിക്കുന്നു." ഞാൻ അവളുടെ വീട്ടിലേക്കു പോയി. എന്നാൽ അക്കാര്യം പറയാൻ പോയിട്ട് അവളോട് ഒന്നു മിണ്ടാൻ പോലും എനിക്ക് അവസരം കിട്ടിയില്ല. പ്രഭ്വിയുടെ മകൻ അവധിക്ക് വീട്ടിലെത്തിയിരുന്നു. പന്ത്രണ്ടു വയസ്സുള്ള ആ ബാലൻ സെന്റ്പീറ്റേഴ്സ് ബർഗിലെ ഒരു സൈനിക വിദ്യാലയത്തിൽ പഠിക്കുകയായിരുന്നു. സിനയീദ അനുജനെ അപ്പോൾത്തന്നെ എന്നെ ഏല്പിച്ചു. "പ്രിയപ്പെട്ട വളോദ്യാ, ഇതാ ഒരു കൂട്ടുകാരൻ," അവൾ എന്നോടു പറഞ്ഞു. ആദ്യമായാണ് അവൾ എന്നെ വളോദ്യയെന്ന്[15] വിളിച്ചത്. "ഇവന്റെ പേരും വളോദ്യയെന്നുതന്നെയാണ്. നിനക്ക് ഇവനെ ഇഷ്ടമാകുമെന്നു പ്രതീക്ഷിക്കുന്നു. നാണം കുണുങ്ങിയാണെങ്കിലും ഇവന്റെ മനസ്സു നല്ലതാണ്. ഇവന് നസ്ക്കുച്നി ഉദ്യാനം കാണിച്ചുകൊടുക്കു. ഇവനെ നടക്കാൻ കൂട്ടിക്കൊണ്ടുപോകൂ. ചുരുക്കിപ്പറഞ്ഞാൽ ഇവന്റെ മേൽനോട്ടം ഞാൻ നിന്നെ ഏല്പിക്കുകയാണ്.

15 വളോദ്യ, വ്ലദീമിർ—എന്ന പേരിൽ നിന്നുണ്ടായ ഓമനപ്പേർ. വോൽദെമാർ ഈ പേര് ഫ്രഞ്ച് ഭാഷയിൽ.

വിരോധമില്ലല്ലോ? നീ നല്ല മനസ്ഥിതിയുള്ള ഒരു കുട്ടിയാണെന്ന് എനിക്കറിയാം!"

അവൾ വാത്സല്യപൂർവ്വം കൈകൾ എന്റെ ചുമലിൽ വച്ചു. വീണ്ടും എന്റെ ഹൃദയം അവളുടേതായിത്തീർന്നു. ആ ബാലന്റെ ആഗമനം എന്നെ വീണ്ടും ഒരു ബാലനാക്കിയിരുന്നു. ഞാൻ അവനെ നിശ്ശബ്ദം നോക്കിനിന്നു, അവൻ എന്നേയും, സിനയീദ പൊട്ടിച്ചിരിച്ചുകൊണ്ട് ഞങ്ങളെ തള്ളി അടുപ്പിച്ചു.

"കുട്ടികളെ, പരസ്പരം കെട്ടിപ്പിടിക്കു!"

ഞങ്ങൾ അനുസരിച്ചു.

"നിനക്കു മരത്തോപ്പു ചുറ്റി നടന്നു കാണാൻ ഇഷ്ടമാണോ?" ഞാൻ ചോദിച്ചു. "അതെ, സർ," ഒരു യഥാർത്ഥ സൈനിക വിദ്യാർത്ഥിയുടെ ഗമയോടെ കനത്ത ശബ്ദത്തിൽ അവൻ പറഞ്ഞു.

സിനയീദ വീണ്ടും പൊട്ടിച്ചിരിച്ചു... അവളുടെ കവിളുകൾ അത്രയേറെ തുടുത്തിരിക്കുന്നത് ഞാൻ അതിനു മുമ്പൊരിക്കലും കണ്ടിട്ടില്ല. ഞാനും ബാലനും മരത്തോപ്പിലേക്കു പോയി ഞങ്ങളുടെ തോട്ടത്തിൽ ഒരു ഊഞ്ഞാലുണ്ടായിരുന്നു. ഞാൻ അവനെ അതിൽ കയറ്റിയിരുത്തി ആട്ടി. സ്വർണ്ണനിറത്തിലുള്ള പട്ടകൾ വച്ചുപിടിപ്പിച്ച കട്ടിയുള്ള പുത്തൻ യൂണിഫോം ധരിച്ചിരുന്ന ആ ബാലൻ ഊഞ്ഞാലിന്റെ കയറുകളിൽ മുറുകെ പിടിച്ചുകൊണ്ട് വടിപോലെ ഇരുന്നു.

"കോളറിന്റെ ബട്ടൺ അഴിക്കാത്തതെന്താ?" ഞാൻ ചോദിച്ചു.

"ഓ, ഞങ്ങൾക്ക് ഇതു ശീലമായിക്കഴിഞ്ഞു." കണ്ഠശുദ്ധിവരുത്തിക്കൊണ്ട് അവൻ പറഞ്ഞു.

അവന് ചേച്ചിയുടെ നല്ല ഛായയുണ്ടായിരുന്നു, പ്രത്യേകിച്ച് ആ കണ്ണുകൾക്ക്. അവന്റെ മേൽനോട്ടം വഹിക്കുന്നത് എനിക്ക് ഉല്ലാസകരമായിരുന്നു. എന്നാൽ പഴയ ദുഃഖം അപ്പോഴും എന്റെ ഹൃദയത്തെ കാർന്നുതിന്നുകൊണ്ടിരുന്നു. "ഇന്ന് ഞാൻ വെറും ബാലനാണ്." ഞാൻ സ്വയം പറഞ്ഞു, "എന്നാൽ ഇന്നലെ..." എന്റെ പേനാകത്തി വീണു പോയതെവിടെയാണെന്ന് പെട്ടെന്ന് എനിക്ക് ഓർമ്മ വന്നു. ഞാൻ അവിടെ ചെന്ന് അതു നോക്കിയെടുത്തു. സിനയീദയുടെ അനുജൻ അത് എന്റെ കയ്യിൽനിന്നു വാങ്ങി ഒരു ചെടിയുടെ പൊള്ളയായ കനത്ത തണ്ട് മുറിച്ചെടുത്ത് അതുകൊണ്ട് ഒരു വിസിലുണ്ടാക്കി ഊതിത്തുടങ്ങി. ഒഥല്ലോയും അല്പനേരം വിസിലൂതി കളിച്ചു.

എന്നാൽ അന്നു വേകുന്നേരം ഒഥല്ലോ സിനയീദയുടെ കൈകളിൽ വീണ് തേങ്ങിക്കരഞ്ഞു. തോട്ടത്തിലെ ഒരു ഒഴിഞ്ഞ കോണിൽ ഞാൻ ഒറ്റയ്ക്കിരിക്കുന്നതു കണ്ടപ്പോൾ ഞാൻ ഇത്രയേറെ ദുഃഖിതനായിരിക്കാൻ കാരണമെന്തെന്ന് സിനയീദ എന്നോടു ചോദിച്ചു. എന്റെ കണ്ണുനീർ അണപൊട്ടി ഒഴുകുന്നതു കണ്ട് അവൾ അമ്പരന്നുപോയി.

"എന്തുപറ്റി, വളോദ്യ, എന്തുപറ്റി? പറയൂ!" അവൾ പലതവണ എന്നോടു ചോദിച്ചു. ഉത്തരം പറയാതെ ഞാൻ കരച്ചിൽ തുടരുന്നത് കണ്ടപ്പോൾ അവൾ എന്റെ നനഞ്ഞ കവിളിൽ ചുംബിക്കാനൊരുങ്ങി.

എന്നാൽ മുഖം തിരിച്ചുകൊണ്ട് തേങ്ങലുകൾക്കിടയിലൂടെ ഞാൻ പറഞ്ഞു. "എനിക്കെല്ലാം മനസ്സിലായി. നിങ്ങൾ എന്തിനാണ് എന്നെ കരഞ്ഞു കളിപ്പിക്കുന്നത്? എന്റെ സ്നേഹം നിങ്ങൾക്ക് എന്തിനായിരുന്നു?"

"വളോദ്യ, ഞാൻ കുറ്റക്കാരിയാണ്." സിനയീദ പറഞ്ഞു. കൈകൾ കൂട്ടിപ്പിടിച്ചുകൊണ്ട് അവൾ തുടർന്നു: "ഞാൻ കുറ്റക്കാരിയാണെന്ന് എനിക്കറിയാം. തിന്മയും ഇരുട്ടും പാപവും എന്നിലുണ്ട്... എന്നാൽ ഇപ്പോൾ ഞാൻ നിന്നെ കളിപ്പിക്കുകയല്ല, വാസ്തവത്തിൽ എനിക്കു നിന്നെ ഇഷ്ടമാണ്. അതിനു കാരണമെന്തെന്ന് നിനക്ക് ഊഹിക്കാൻ കഴിയുകയില്ല... പക്ഷേ... നിനക്ക് എന്താണു മനസ്സിലായത്?"

ഞാൻ എന്തു മറുപടി പറയും? അവൾ എന്നെ നോക്കിക്കൊണ്ട് അവിടെ നിന്നു. അപ്പോൾ ഞാൻ അവളുടേതായിരുന്നു. അടിമുടി അവളുടേതായിരുന്നു. അവൾ എന്നെ നോക്കുമ്പോഴൊക്കെ എനിക്കത് അനുഭവപ്പെട്ടു... കാൽമണിക്കൂർ കഴിഞ്ഞ്, ഞാൻ സിനയീദയോടും അവളുടെ അനുജനോടുമൊപ്പം ഓടിക്കളിക്കുന്നതിൽ മുഴുകി. ഞാനപ്പോൾ കരയുകയല്ല ചിരിക്കുകയാണു ചെയ്തത്. എന്നാൽ ചിരിച്ചപ്പോൾ വീങ്ങിയ കൺപോളകളിൽനിന്ന് കണ്ണീർ ഇറ്റുവീണുകൊണ്ടിരുന്നു. ഞാൻ സിനയീദയുടെ ഒരു റിബൺ ടൈയ്ക്കു പകരം കഴുത്തിൽ കെട്ടിയിരുന്നു. ഓടിക്കളിക്കുന്നതിനിടയിൽ അവളുടെ അരക്കെട്ടിൽ പിടികിട്ടുമ്പോഴെല്ലാം ഞാൻ ആഹ്ലാദഭരിതനായി ആർത്തു വിളിച്ചുകൊണ്ടിരുന്നു. അവൾക്ക് എന്നെക്കൊണ്ട് എന്തും ചെയ്യിക്കാൻ കഴിയുമായിരുന്നു.

XIX

പരാജയമടഞ്ഞ നിശാകാലോദ്യമത്തെ തുടർന്നുള്ള ഒരാഴ്ചക്കാലത്തെ എന്റെ മാനസികാവസ്ഥ എന്തായിരുന്നെന്നു വിശദമായി പറയാൻ എന്നോട് ആവശ്യപ്പെട്ടാൽ ഞാൻ ബുദ്ധിമുട്ടും. ചുഴലിക്കാറ്റിൽപ്പെട്ടു കറങ്ങിക്കൊണ്ടിരുന്ന പരസ്പരം വിരുദ്ധങ്ങളായ വികാരങ്ങളുടേയും വിചാരങ്ങളുടേയും ആശയുടേയും ആശങ്കയുടേയും സന്തോഷത്തിന്റേയും സന്താപത്തിന്റേയും ഒരുതരം സങ്കീർണ്ണതയായിരുന്നു വിചിത്രവും പ്രക്ഷുബ്ധവുമായ ആ കാലഘട്ടം. ഒരു ഹൃദയപരിശോധന നടത്താൻ—പതിനാറു വയസ്സുകാരനായ ഒരു ബാലന് അതു കഴിയുമായിരുന്നെങ്കിൽ—എനിക്കു ഭയമായിരുന്നു; ഗൗരവപൂർവ്വം എന്തിനെപ്പറ്റിയെങ്കിലും ചിന്തിക്കാൻ എനിക്കു ഭയമായിരുന്നു. പ്രഭാതം മുതൽ പ്രദോഷം വരെയുള്ള സമയം ഞാൻ തിരക്കിട്ടു ചെലവഴിച്ചു. രാത്രിയിൽ സുഖമായി ഉറങ്ങി... ബാലസഹജമായ ലഘുചിത്തത എന്നെ അതിനു സഹായിച്ചു. എന്നെ സ്നേഹിക്കുന്നുണ്ടോ എന്ന് അറിയാൻ ഞാൻ ആഗ്രഹിച്ചില്ല; എന്നെ സ്നേഹിക്കുന്നില്ല എന്ന് സ്വയം സമ്മതിക്കാൻ ഞാൻ ആഗ്രഹിച്ചില്ല. ഞാൻ എന്റെ അച്ഛനിൽ നിന്നും ഒഴിഞ്ഞുമാറി നടന്നു. എന്നാൽ സിനയീദയിൽ നിന്നകന്നു നില്ക്കാൻ എനിക്കു കഴിഞ്ഞില്ല... അവളുടെ സാന്നിധ്യം അഗ്നിപോലെ എന്നെ ദഹിപ്പിച്ചുകൊണ്ടിരുന്നു... എന്നെ നീറ്റുകയും ഉരുക്കുകയും ചെയ്യുന്ന ആ അഗ്നി എത്തരത്തിലുള്ളതാണെന്ന് ഞാൻ അന്വേഷിച്ചില്ല. കാരണം ആ നീറ്റലും ഉരുകലും എനിക്ക് മധുരമായ ഒരനുഭവമായിരുന്നു. എന്നെ തേടിവന്ന അനുഭൂതികളക്ക് അപ്പപ്പോൾ വഴങ്ങിക്കൊടുത്തുകൊണ്ട് ഞാൻ എന്നിൽനിന്നു തന്നെ ഒളിച്ചു കളിച്ചു. എന്റെ സ്മരണകളെ അകറ്റി നിർത്തുകയും വരാൻ പോകുന്നതെന്ന് ഞാൻ ഭയന്നതെന്തോ അതിന്റെ നേരെ കണ്ണടയ്ക്കുകയും ചെയ്തു... ആ പ്രക്ഷുബ്ധമായ അവസ്ഥ അധികകാലം തുടരാൻ നിർവ്വാഹമില്ലായിരുന്നു. ഒരു അശനീപാതം അതിനു വിരാമമിട്ടു. എന്റെ ജീവിതഗതിതന്നെ അതു മാറ്റിമറിക്കുകയും ചെയ്തു.

ഒരു ദിവസം ഉച്ചയ്ക്ക് ഒരു നീണ്ട നടപ്പുകഴിഞ്ഞ് വീട്ടിലെത്തിയ എനിക്ക് ഒറ്റയ്ക്കിരുന്ന് ഭക്ഷണം കഴിക്കേണ്ടിവന്നത് എന്നെ അത്ഭുതപ്പെടുത്തി. അച്ഛൻ വീട്ടിലുണ്ടായിരുന്നില്ല. അമ്മ സുഖമില്ലെന്നും ആഹാരം വേണ്ടെന്നും പറഞ്ഞ് അവരുടെ മുറിയിൽ കയറി വാതിലടച്ച് ഇരിക്കുകയായിരുന്നു. അസാധാരണമായ എന്തോ സംഭവിച്ചിട്ടുണ്ടെന്ന്

വേലക്കാരുടെ മുഖഭാവത്തിൽ നിന്ന് ഞാൻ ഊഹിച്ചു... അവരെ ചോദ്യം ചെയ്യാൻ ഞാൻ ധൈര്യപ്പെട്ടില്ല. എന്നാൽ അവരുടെയിട യിൽ എനിക്കൊരു സുഹൃത്തുണ്ടായിരുന്നു—ഫിലിപ്പ് എന്നു പേരുള്ള ഒരു യുവ പരിചാരകൻ. കവിതയിൽ കലശലായ ഭ്രമമുണ്ടായിരുന്ന ഫിലിപ്പ് നല്ലൊരു ഗിത്താറു വായനക്കാരൻകൂടിയായിരുന്നു. അന്ന് അച്ഛനും അമ്മയും തമ്മിൽ വലിയൊരു വഴക്കുണ്ടായെന്ന് ഞാനറിഞ്ഞു (അവർ പറഞ്ഞതു മുഴുവൻ വേലക്കാരികളുടെ മുറിയിൽ ഇരുന്നാൽ കേൾക്കാമായിരുന്നു, ഫ്രഞ്ചിലാണ് അവർ സംസാരിച്ചിരുന്നതെങ്കിലും പാരീസിൽനിന്നു വന്ന ഒരു തുന്നൽക്കാരിയുടെ വീട്ടിൽ മുമ്പ് അഞ്ചു വർഷം ജോലിചെയ്തിട്ടുള്ള മാഷ എന്ന പരിചാരികക്ക് അതെല്ലാം മനസ്സിലായി) അച്ഛൻ അമ്മയോട് വഞ്ചന കാട്ടിയെന്നും അടുത്ത വീട്ടിലെ യുവതിയുമായി വേഴ്ചയിലേർപ്പെട്ടെന്നും അമ്മ ആരോപണം ഉന്നയിച്ചത്രെ. ആദ്യം അച്ഛൻ അതു നിഷേധിച്ചു. എന്നാൽ പിന്നീട് ആദ്ദേഹം പൊട്ടിത്തെറിച്ചുകൊണ്ട്. "ഈ പ്രായത്തിൽ ഒരു സ്ത്രീ" എന്നു തുടങ്ങി അമ്മയെപ്പറ്റി നിർദ്ദയമായി എന്തോ പറഞ്ഞു. അമ്മ അതു കേട്ട് കരഞ്ഞത്രെ. അച്ഛൻ വൃദ്ധയായ പ്രഭ്വിക്ക് കൊടുക്കാനുദ്ദേശിച്ച ഏതോ ഒരു പ്രോമിസറി നോട്ടിനെപ്പറ്റി അമ്മ സൂചിപ്പിക്കുകയും പ്രഭ്വിയേയും മകളേയും പറ്റി ദുഷിച്ചു സംസാരിക്കുകയും ചെയ്തപ്പോഴാണ് അച്ഛൻ പൊട്ടിത്തെറിച്ചത്.

"ഇതിനെല്ലാം കാരണം ഈ ഊമക്കത്താണ്." ഫിലിപ്പ് പറഞ്ഞു. "ആരാണത് എഴുതിയതെന്ന് അറിയില്ല. അങ്ങനെയാണ് ഇത് പുറത്തു വന്നത്. അല്ലെങ്കിൽ ആരും ഇതൊന്നും അറിയുകയില്ലായിരുന്നു."

"അതിന്—എന്തെങ്കിലും ഉണ്ടായിരുന്നോ?" ഞാൻ ധൈര്യം സംഭരിച്ച് അവനോടു ചോദിച്ചു. എന്റെ കൈകാലുകൾ തണുക്കുകയും ഉള്ളിൽ എന്തോ ഇരുന്നു വിറയ്ക്കുകയും ചെയ്തു. ഫിലിപ്പ് അർത്ഥഗർഭമായി കണ്ണിറുക്കി.

"ഉണ്ടായിരുന്നു, ഇതൊന്നും ഒളിച്ചുവെയ്ക്കാൻ പറ്റില്ല. ഇത്തവണ യജമാനൻ വളരെ കരുതലോടെയാണ് എല്ലാം ചെയ്തത്. എങ്കിലും വണ്ടി വിളിച്ചോണ്ടുവരാനും മറ്റും വേലക്കാരുടെ സഹായമില്ലാതെ പറ്റില്ലല്ലോ."

ഫിലിപ്പിനെ പറഞ്ഞയച്ചിട്ട് ഞാൻ കിടക്കയിലേക്കു വീണു. ഞാൻ കണ്ണീരൊഴുക്കുകയോ ഭഗ്നാശയനായിത്തീരുകയോ ചെയ്തില്ല. എങ്ങനെ, എന്ന് ഇതൊക്കെ സംഭവിച്ചെന്ന് ആലോചിച്ചില്ല. ഞാൻ ഇത് പണ്ടേ മനസ്സിലാക്കാതിരുന്നത് എന്തുകൊണ്ടാണെന്ന് സ്വയം ചോദിച്ചില്ല. എന്റെ അച്ഛനെതിരായി ഞാൻ മുറുമുറുത്തില്ല... അപ്പോൾ കേട്ട കാര്യ ങ്ങൾ എനിക്ക് താങ്ങാവുന്നതിൽ കൂടുതലായിരുന്നു. പെട്ടെന്നുള്ള ആ അറിവ് എന്നെ അമ്പെതകർത്തു... എല്ലാം അവസാനിച്ചു. എന്റെ പൂക്കളെല്ലാം വേരോടെ പിഴുതെറിയപ്പെട്ടു. ചവിട്ടി മെതിച്ചനിലയിൽ അവ എന്റെ ചുറ്റും ചിതറിക്കിടന്നു.

XX

പട്ടണത്തിലേക്കു തിരിച്ചുപോകാൻ തീരുമാനിച്ചെന്ന് പിറ്റേ ദിവസം അമ്മ വെളിപ്പെടുത്തി. അന്നു രാവിലെ അച്ഛൻ അമ്മയുടെ മുറിയിൽ ചെന്ന് വളരെ നേരം സംസാരിച്ചു. അദ്ദേഹം പറഞ്ഞതെന്താണെന്ന് ആരും കേട്ടില്ല. എന്നാൽ അമ്മ കരച്ചിൽ നിർത്തി. അവരുടെ ക്ഷോഭം അടങ്ങി. പ്രാതൽ കൊണ്ടു ചെല്ലാൻ അവർ ആവശ്യപ്പെട്ടു. എന്നാൽ അവർ മുറിവിട്ടിറങ്ങുകയോ തന്റെ തീരുമാനം മാറ്റുകയോ ചെയ്തില്ല. ഞാൻ അന്നു പകൽ മുഴുവൻ പുറത്ത് ചുറ്റിക്കറങ്ങി, എന്നാൽ ആ ചെറിയ വീടിന്റെ അടുത്തുള്ള തോട്ടത്തിലേക്കു ചെന്നില്ല. അന്നു വൈകുന്നേരം അസാധാരണമായ ഒരു സംഭവത്തിനു ഞാൻ ദൃക്സാക്ഷിയായി. കൗണ്ട് മലേവ്സ്കിയെ ഞങ്ങളുടെ സ്വീകരണ മുറിയിൽനിന്ന് കൈയ്ക്കു പിടിച്ച് പുറത്തേക്കിറക്കിക്കൊണ്ട് എന്റെ അച്ഛൻ വേലക്കാർ കേൾക്കേ പരുഷമായി ഇങ്ങനെ പറഞ്ഞു: “ഏതാനും ദിവസങ്ങൾക്കു മുമ്പ് താങ്കളെ ഒരു വീട്ടിൽ നിന്ന് പുറത്താക്കി; ഇപ്പോൾ വിശദീകരണത്തിനൊന്നും ഒരുങ്ങാതെ ഒരു കാര്യം താങ്കളെ അറിയിക്കാൻ ഞാൻ ആഗ്രഹിക്കുന്നു—എന്റെ വീട്ടിൽ ഇനി കാലുകുത്തിയാൽ താങ്കളെ ഞാൻ ജനലിൽക്കൂടി പുറത്തേയ്ക്കെറിയും. എനിക്ക് താങ്കളുടെ കൈയക്ഷരം ഇഷ്ടമായില്ല.” കൗണ്ട് പല്ലുകടിച്ചുകൊണ്ട് തോൾ ചലിപ്പിച്ചിട്ട് തലതാഴ്ത്തി നടന്നകന്നു.

പട്ടണത്തിൽ അർബാത് തെരുവിലുള്ള ഞങ്ങളുടെ വീട്ടിലേക്കു താമസം മാറ്റാനുള്ള ഒരുക്കങ്ങൾ തുടങ്ങി. നാട്ടിൻപുറത്തു തുടർന്നു താമസിക്കാൻ അച്ഛനും ആഗ്രഹമില്ലായിരുന്നു എന്നുവേണം ഊഹിക്കാൻ. എന്നാൽ അപവാദത്തിനിടകൊടുക്കാതെ എല്ലാം സാധാരണ മട്ടിൽ ചെയ്യാൻ അച്ഛൻ അമ്മയെ പറഞ്ഞു സമ്മതിപ്പിച്ചിരിക്കണം. ധൃതികൂട്ടാതെ സാവധാനത്തിലാണ് അമ്മ വീടുമാറാനുള്ള ഒരുക്കങ്ങൾ ചെയ്തത്. ചെറിയ ദേഹാസ്വാസ്ഥ്യം മൂലം തനിക്കു നേരിട്ടു കണ്ട് യാത്ര ചോദിക്കാൻ കഴിയാത്തതിൽ ഖേദിക്കുന്നു എന്നു പറയുന്ന ഒരു കത്ത് അമ്മ പ്രഭ്വിക്ക് കൊടുത്തയ്ക്കുകപോലും ചെയ്തു. ഞാൻ പ്രേതബാധിതനെപ്പോലെ അലഞ്ഞു നടന്നു. കഴിയുന്നതും വേഗം ഇതൊക്കെ ഒന്നവസാനിപ്പിച്ചാൽ മതി എന്ന ഒരൊറ്റ ആഗ്രഹം മാത്രമേ എനിക്കുണ്ടായിരുന്നുള്ളൂ. ഒരു ചിന്ത മാത്രം മനസ്സിൽ നിന്നു കളയാൻ എനിക്കു കഴിഞ്ഞില്ല—ചെറുപ്പക്കാരിയും പോരാത്തതിന് ഒരു പ്രഭുകുമാരിയുമായ അവൾ എന്തിനിതു ചെയ്തു? എന്റെ അച്ഛൻ സ്വതന്ത്രൻ അല്ലെന്നും

അവൾക്കറിയാം. അവൾക്ക് വേണമെങ്കിൽ നിഷ്ണയാസം മറ്റൊരാളെ, ഉദാഹരണത്തിന് ബെലൊവ് സോറോവിനെ, വിവാഹം ചെയ്യാൻ കഴിയുമെന്നും അവൾക്കറിയാം. പിന്നെന്തിനാണവൾ ഇത്തരമൊരു ബന്ധത്തിലേർപ്പെട്ടത്? ഇതിൽനിന്ന് അവൾ എന്താണു പ്രതീക്ഷിക്കുന്നത്? സ്വന്തം ഭാവി നശിപ്പിക്കാൻ അവൾക്കു ഭയമില്ലേ? "ഇതാണ് പ്രേമം," ഞാൻ വിചാരിച്ചു. "ഇതാണ് അഭിനിവേശം, ഇതാണ് ആത്മാർപ്പണം." ലൂഷിർ മുമ്പൊരിക്കൽ പറഞ്ഞ വാക്കുകൾ എനിക്കോർമ്മവന്നു; "ആത്മത്യാഗം ചെയ്യുന്നതിൽ ആനന്ദം കണ്ടെത്തുന്ന ചിലരുണ്ട്." ആയിടയ്ക്ക് ഒരിക്കൽ പ്രഭ്വിയുടെ വീട്ടിലെ ഒരു ജനലിനു പിന്നിൽ വിളറിയ എന്തോ ഒന്ന് പ്രത്യക്ഷപ്പെടുന്നതു ഞാൻ കണ്ടു..." അതു സിനയീദയുടെ മുഖമാണോ?" ഞാൻ ആലോചിച്ചു. അതെ, അത് അവളുടെ മുഖം തന്നെ ആയിരുന്നു... എനിക്ക് പിടിച്ചുനില്ക്കാൻ കഴിഞ്ഞില്ല. വിട പറയാതെ അവളെ പിരിഞ്ഞുപോകാൻ ഞാൻ അശക്തനായിരുന്നു. പറ്റിയ അവസരം കൈവന്നപ്പോൾ ഞാൻ അവളുടെ വീട്ടിലേക്കു ചെന്നു.

സ്വതസ്സിദ്ധമായ അലക്ഷ്യഭാവത്തോടെ പ്രഭ്വി സ്വീകരണമുറിയിൽ എന്നെ സ്വീകരിച്ചു.

"നിങ്ങളുടെ വീട്ടുകാർ ഇത്ര നേരത്തെ പട്ടണത്തിലേക്കു പോകാൻ തീരുമാനിച്ചതെന്താണ്?" മൂക്കിലേക്കു പൊടി വലിച്ചു കയറ്റിക്കൊണ്ട് പ്രഭ്വി ചോദിച്ചു.

ഞാൻ അവരെ സൂക്ഷിച്ചു നോക്കി. പെട്ടെന്ന് ചുമലിൽ നിന്ന് ഒരു വലിയ ഭാരം ഇറക്കിവെച്ച ആശ്വാസം എനിക്കു തോന്നി. ഫിലിപ്പ് പ്രോമിസറിനോട്ടിനെപ്പറ്റി സൂചിപ്പിച്ചപ്പോൾ മുതൽ അതെന്നെ ദണ്ഡിപ്പിച്ചുകൊണ്ടിരുന്നു. പ്രഭ്വി ഒന്നും അറിഞ്ഞിട്ടില്ലെന്ന് എനിക്കു മനസ്സിലായി. ചുരുങ്ങിയപക്ഷം എനിക്ക് അപ്പോൾ അങ്ങനെയാണു തോന്നിയത്. അടുത്ത മുറിയിൽനിന്ന് സിനയീദ ഇറങ്ങിവന്നു. കറുത്ത നിറമുള്ള ഒരു ഉടുപ്പാണ് അവൾ അണിഞ്ഞിരുന്നത്. മുടി ചുരുട്ടിവയ്ക്കാതെ അഴിച്ചിട്ടിരിക്കുകയായിരുന്നു. അവൾ കൂടുതൽ വിളറിയിട്ടുണ്ടെന്ന് എനിക്കു തോന്നി. ഒന്നും മിണ്ടാതെ കൈയ്ക്കു പിടിച്ച് അവൾ എന്നെ അവളുടെ മുറിയിലേക്കു കൂട്ടിക്കൊണ്ടുപോയി.

"ഞാൻ നിന്റെ ശബ്ദം കേട്ടു വന്നതാണ്." അവൾ പറഞ്ഞു. "ഞങ്ങളെ നിഷ്ണയാസം ഉപേക്ഷിച്ചുപോകാൻ നിനക്ക് എങ്ങനെ കഴിയും? നിർദ്ദയനായ കുട്ടി!"

"പ്രഭുകുമാരീ, ഞാൻ നിങ്ങളോട് വിട പറയാൻ വന്നതാണ്." ഞാൻ മറുപടി പറഞ്ഞു. "ഇനി നമ്മൾ കണ്ടുമുട്ടിയെന്നു വരില്ല. ഞങ്ങൾ പട്ടണത്തിലേക്കു താമസം മാറ്റുകയാണെന്ന് അറിഞ്ഞില്ലേ?"

സിനയീദ എന്നെ സൂക്ഷിച്ചുനോക്കിയിട്ട് പറഞ്ഞു:

"അറിഞ്ഞു. വന്നതിനു നന്ദി. നിന്നെ ഇനി കാണാൻ സാധിക്കയില്ലെന്നാണ് ഞാൻ വിചാരിച്ചത്. എന്നെപ്പറ്റി കഴിയുമെങ്കിൽ നല്ലതു

വിചാരിക്കു. ഞാൻ നിന്നെ വേദനിപ്പിച്ചിട്ടുണ്ടെന്ന് എനിക്കറിയാം. എന്നാൽ ഞാൻ നീ വിചാരിക്കുന്ന തരത്തിലുള്ളവരല്ല."

അവൾ തിരിഞ്ഞ് ജനൽപ്പടിയിൽ ചാരി നിന്നു.

"സത്യത്തിൽ ഞാൻ അത്തരത്തിലുള്ളവളല്ല. നിനക്ക് എന്നെപ്പറ്റി മോശമായ അഭിപ്രായമാണുള്ളതെന്ന് എനിക്കറിയാം."

"എനിക്ക് മോശമായ അഭിപ്രായമാണെന്നോ?"

"അതെ, നിനക്ക്... നിനക്ക്."

"എനിക്കോ?" സങ്കടത്തോടെ ഞാൻ ആവർത്തിച്ചു. അവളുടെ അവർണ്ണനീയവും ചെറുത്തുനില്ക്കാനാവാത്തതുമായ വശ്യതയുടെ മോഹവലയത്തിൽ കുടുങ്ങിയ എന്റെ ഹൃദയം വീണ്ടും മുമ്പത്തെപ്പോലെ വിറകൊണ്ടു. "എനിക്കോ? സിനയീദ അലക്സാന്ദ്രോവ്ന! എന്നെ വിശ്വസിക്കു, നിങ്ങൾ എന്നോട് എന്തു ചെയ്തിട്ടുണ്ടെങ്കിലും എന്നെ എത്ര വേദനിപ്പിച്ചിട്ടുണ്ടെങ്കിലും ഞാൻ ജീവിതകാലം മുഴുവൻ നിങ്ങളെ സ്നേഹിക്കുകയും ആരാധിക്കുകയും ചെയ്യും."

അവൾ പെട്ടെന്ന് എന്റെ നേരെ തിരിഞ്ഞു നിന്ന് കൈകൾ എന്റെ കഴുത്തിൽ ചുറ്റി എന്നെ ആവേശപൂർവ്വം അമർത്തി ചുംബിച്ചു. വിടപറഞ്ഞുകൊണ്ടുള്ള ആ നീണ്ട ചുംബനം ആരെ ഉദ്ദേശിച്ചായിരുന്നെന്ന് ഈശ്വരനറിയാം. എന്നാൽ ഞാൻ അതിന്റെ മാധുര്യം ആർത്തിയോടെ നുകരുന്നു, അതൊരിക്കലും ആവർത്തിക്കപ്പെടുകയില്ലെന്ന് എനിക്കറിയാമായിരുന്നു. "വിട തരൂ, വിട തരൂ," ഞാൻ വീണ്ടും വീണ്ടും പറഞ്ഞു.

അവൾ എന്റെ കഴുത്തിൽ നിന്ന് കൈകൾ അടർത്തിയെടുത്തുകൊണ്ട് മുറിവിട്ടോടി. ഞാനും അവിടെ നിന്നിറങ്ങി. അപ്പോൾ മനസ്സിൽ നിറഞ്ഞുനിന്ന വികാരം എന്തായിരുന്നെന്നു വർണ്ണിക്കാൻ ഞാൻ അശക്തനാണ്. അതു വീണ്ടും അനുഭവിക്കാൻ എനിക്ക് അശേഷം ആഗ്രഹമില്ല. എന്നാൽ ഒരിക്കലും അതനുഭവിച്ചിരുന്നില്ലെങ്കിൽ ഒരു നിർഭാഗ്യവാനായി ഞാൻ സ്വയം കണക്കാക്കുമായിരുന്നു.

ഞങ്ങൾ പട്ടണത്തിലേക്കു താമസം മാറ്റി. ഭൂതകാല സ്മരണകളിൽ നിന്നു വിടുതി നേടി പഠിത്തത്തിൽ വീണ്ടും മുഴുകാൻ ഞാൻ വളരെ നാളെടുത്തു. സാവധാനത്തിലാണ് എന്റെ മുറിവ് ഉണങ്ങിത്തുടങ്ങിയത്. എന്നാൽ അച്ഛനോട് എനിക്ക് ഒരിക്കലും വിരോധം തോന്നിയില്ല. നേരെ മറിച്ച് അദ്ദേഹം എന്റെ കണ്ണിൽ കൂടുതൽ വലുതാകുകയാണ് ചെയ്തത്. മനശ്ശാസ്ത്ര വിദഗ്ധന്മാർ ഈ വിരോധാഭാസത്തിന് വിശദീകരണം കണ്ടുപിടിക്കുമായിരിക്കും. ഒരു ദിവസം തെരുവിലൂടെ നടക്കുമ്പോൾ ഞാൻ ലൂഷിനെ കണ്ടുമുട്ടി. എനിക്കുണ്ടായ സന്തോഷം വർണ്ണിക്കാനാവില്ല! ആത്മാർത്ഥത നിറഞ്ഞ അയാളുടെ തുറന്ന പെരുമാറ്റം എനിക്ക് ഇഷ്ടമായിരുന്നു. അയാളെ കണ്ടയുടൻ ഞാൻ അടുക്കലേക്ക് ഓടിച്ചെന്നു.

"അല്ല, ഇതാര്!" പുരികങ്ങൾ ചുളിച്ചുകൊണ്ട് അയാൾ പറഞ്ഞു. "ചെറുപ്പക്കാരാ, ഞാൻ തന്നെ ഒന്നു പരിശോധിക്കട്ടെ. ഇപ്പോഴും കുറേശ്ശെ വിളർച്ചയുണ്ട്. എങ്കിലും കണ്ണിലെ ദയനീയഭാവം മാറിയിരിക്കുന്നു. ഇപ്പോൾ താൻ ഒരു മനുഷ്യനെപ്പോലെയാണിരിക്കുന്നത്. ഒരു പട്ടിക്കുട്ടിയെപ്പോലെയല്ല. അത് നല്ല ലക്ഷണമാണ്. ഇനി കാര്യങ്ങളൊക്കെ എങ്ങനെ നടക്കുന്നെന്നു പറയൂ. പഠിത്തം തുടങ്ങിയോ?"

ഞാൻ നെടുവീർപ്പിട്ടു. എനിക്ക് നുണപറയാൻ ഇഷ്ടമില്ലായിരുന്നു എന്നാൽ സത്യം തുറന്നു പറയാൻ നാണക്കേടു തോന്നി.

"സാരമില്ല, ഇതൊന്നുമോർത്ത് വിഷമിക്കേണ്ട!" ലൂഷിൻ പറഞ്ഞു. "പ്രധാന സംഗതി വികാരങ്ങൾക്ക് അടിമയാകാതെ ഒരു സാധാരണ ജീവിതം നയിക്കുക എന്നതാണ്. വികാരത്തിനടിപെടുന്നതുകൊണ്ട് എന്തു നേടാൻ കഴിയും? തിര എങ്ങോട്ടു കൊണ്ടുപോയാലും ഫലം മോശമാണ്. എന്നാൽ കാൽച്ചുവട്ടിൽ ഒരു ചെറിയ കല്ലെങ്കിലും ഉള്ളിടത്തോളം കാലം ഒരാൾക്ക് സ്വന്തം കാലിൽ ഊന്നി നില്ക്കുകയെങ്കിലും ചെയ്യാം. ഞാൻ ചുമച്ചുകൊണ്ടു നടക്കുകയല്ലാതെ മറ്റൊന്നും ചെയ്യുന്നില്ല. ബെലൊവ് സൊറോവാണെങ്കിൽ—താൻ അയാളുടെ കാര്യം കേട്ടില്ലേ?"

"ഇല്ല, എന്തു പറ്റി?"

"അയാളെ കാണാനില്ല. ചിലർ പറയുന്നത് അയാൾ കോക്കസസ്സിലേക്കു പോയെന്നാണ്.[16] ചെറുപ്പക്കാരാ! ഇത് തനിക്ക് ഒരു പാഠമായിരിക്കട്ടെ. പിരിയേണ്ടത് എപ്പോഴെന്ന് വലപൊട്ടിച്ച് പുറത്തു കടക്കേണ്ടത് എപ്പോഴെന്ന് ആളുകൾക്കറിയില്ല. അതാണ് കുഴപ്പം. താൻ പോറലൊന്നും ഏല്ക്കാതെ പുറത്തുകടന്നെന്നു തോന്നുന്നു. ഇനി ഒരിക്കലും വലയിൽ കുടുങ്ങാതിരിക്കാൻ ശ്രമിക്കുക! ശരി, പിന്നെ കാണാം."

"ഇനി ഒരിക്കലും ഞാൻ കുടുങ്ങുയില്ല." ഞാൻ വിചാരിച്ചു. "ഇനി ഒരിക്കലും ഞാൻ സിനയീദയെ കാണുകയില്ല..." എന്നാൽ അവളെ ഒരിക്കൽക്കൂടി കാണാൻ വിധി എന്നെ അനുവദിച്ചു.

---

16 കോക്കസസ്സിലേക്കു പോയെന്നാണ്—1817 നും 1864 നും ഇടയ്ക്കുള്ള കാലഘട്ടത്തിൽ റഷ്യൻ പട്ടാളം കോക്കസസ്സിന്റെ ചില ഭാഗങ്ങൾ പിടിച്ചടക്കാൻ വേണ്ടി യുദ്ധം ചെയ്തുകൊണ്ടിരുന്നു. കോക്കസസ്സിലെ ജനങ്ങൾ റഷ്യൻ പട്ടണത്തെ വാശിയോടെ ചെറുത്തു നിന്നു.

XXI

അച്ഛൻ എല്ലാദിവസവും കുതിര സവാരി ചെയ്യുക പതിവാക്കിയിരുന്നു. ചടച്ച നീണ്ട കഴുത്തും നീണ്ടകാലുകളുമുള്ള ഒന്നാന്തരം ഒരു ഇംഗ്ലീഷ് കുതിര അദ്ദേഹത്തിനുണ്ടായിരുന്നു. ആരേയും അനുസരിക്കാത്തവനും ബഹളക്കാരനുമായിരുന്ന ഇലക്ട്രിക് എന്നു പേരുള്ള ആ കുതിര. എന്റെ അച്ഛനൊഴികെ മറ്റാർക്കും അതിനെ അടക്കി നിർത്താൻ കഴിഞ്ഞിരുന്നില്ല. ഒരു ദിവസം അച്ഛൻ സൗമനസ്യം സ്ഫുരിക്കുന്ന മുഖവുമായി എന്റെ മുറിയിൽ കയറി വന്നു—ആയിടെ അച്ഛനെ അങ്ങനെ കാണുന്നത് അപൂർവ്വമായിരുന്നു. അദ്ദേഹം സവാരി പോകാനുള്ള വേഷത്തിലാണു വന്നത്. എന്നേക്കൂടെ ഒപ്പം കൊണ്ടുപോകാൻ ഞാൻ അച്ഛനോട് അപേക്ഷിച്ചു.

"അതിലും നല്ലത് നമ്മൾ തവളചാട്ടം കളിക്കുന്നതാണ്." അച്ഛൻ പറഞ്ഞു. "നിന്റെ ജർമ്മൻ മട്ടക്കുതിരയുടെ പുറത്ത് നിനക്ക് എന്നോടൊപ്പം എത്താൻ പറ്റില്ല."

"പറ്റും, പറ്റും. ഞാൻ കുതിരമുള്ള് ധരിക്കാം."

"എന്നാൽ വരൂ1"

ഞങ്ങൾ പുറപ്പെട്ടു. എനിക്ക് കറുത്ത നിറമുള്ള ഒരു ചിടയൻ കുതിരക്കുട്ടി ഉണ്ടായിരുന്നു. നല്ല ഉശിരും അച്ചടക്കവുമുള്ള കുതിരക്കുട്ടിയായിരുന്നു അത്. ഇലക്ട്രിക്ക് മെല്ലെ ഓടുമ്പോൾത്തന്നെ അതിനോടൊപ്പമെത്താൻ എന്റെ കുതിരയ്ക്ക് കുതിച്ചോടേണ്ടിവന്നു. എങ്കിലും ഞാൻ പിന്നിലായില്ല. എന്റെ അച്ഛനെപ്പോലെ സമർത്ഥനായ ഒരു കുതിര സവാരിക്കാരനെ ഞാൻ മറ്റെങ്ങും കണ്ടിട്ടില്ല. എത്ര അനായാസമായും അന്തസ്സോടെയുമാണ് അദ്ദേഹം കുതിരപ്പുറത്തിരിക്കുന്നത്! കുതിരയ്ക്ക് അതു മനസ്സിലാകുന്നുണ്ടെന്നും ഇത്ര നല്ല ഒരു സവാരിക്കാരനെ കിട്ടിയതിൽ അത് അഭിമാനം കൊള്ളുന്നുണ്ടെന്നും തോന്നി. ഞങ്ങൾ തെരുവീഥികളിലൂടെ സഞ്ചരിച്ചു. ദേവിച്ചിപ്പോലെ[17]യിൽ കുറെ സമയം ചെലവഴിച്ചു. അനേകം വേലികൾ ചാടിക്കടന്നു. ആദ്യം എനിക്ക് കുതിരയെ വേലികൾക്കു മുകളിലൂടെ ചാടിക്കാൻ ഭയമായിരുന്നു. എന്നാൽ എന്റെ അച്ഛൻ പേടിത്തൊണ്ടന്മാരെ വെറുത്തിരുന്നുവെന്ന് അറിയാമായിരുന്നതുകൊണ്ട്

---

17 ദേവിച്ചിപ്പോലെ-തുർഗേനെവിന്റെ കാലത്ത് മോസ്കോ പട്ടണത്തിന്റെ തെക്കു പടിഞ്ഞാറെ അതിർത്തിയായി വർത്തിച്ച ഒരു മൈതാനം. അന്നത് സൈനിക പരിശീലനത്തിനും സായാഹ്നസാവാരിക്കും ഉള്ള സ്ഥലമായിരുന്നു.

ഞാൻ ഭയത്തെ കീഴടങ്ങി. ഞങ്ങൾ രണ്ടു തവണ മോസ്കോ നദി തരണം ചെയ്തു. എന്റെ കുതിര ക്ഷീണിച്ചെന്ന് അച്ഛൻ പറഞ്ഞതുകൊണ്ട് ഞാൻ വിചാരിച്ചു ഞങ്ങൾ വീട്ടിലേക്കു മടങ്ങുകയാണെന്ന്. എന്നാൽ പെട്ടന്നനെ അച്ഛൻ തിരിഞ്ഞ് പുഴവക്കിലൂടെ ക്രീംസ്കി കടത്തി[18] നട്ടുത്തേക്കു കുതിരയെ കുതിച്ചോടിച്ചു. ഞാനും പിന്നാലെ പാഞ്ഞു. പഴയ തടികൾ കൂട്ടിയിട്ടിരുന്ന വലിയൊരു കൂനയുടെ അടുത്തെത്തിയപ്പോൾ അച്ഛൻ മെല്ലെ നിലത്തേക്കു ചാടിയിറങ്ങിയിട്ട് എന്നോട് താഴെയിറങ്ങാൻ പറഞ്ഞു. തടിക്കൂനയ്ക്കടുത്തുതന്നെ കുതിരകളേയും കൊണ്ട് കാത്തു നില്ക്കണമെന്ന് പറഞ്ഞുകൊണ്ട് അദ്ദേഹം കടിഞ്ഞാൺ എന്നെ ഏല്പിച്ചു. അനന്തരം ഇടുങ്ങിയ ഒരു ഇടവഴിയിലേക്കു കയറി അദ്ദേഹം നടന്നു മറഞ്ഞു. ഞാൻ രണ്ടു കുതിരകളേയുംകൊണ്ട് പുഴവക്കിലൂടെ അങ്ങോട്ടുമിങ്ങോട്ടും പലതവണ നടന്നു. തല കുലുക്കുകയും ദേഹം വിറപ്പിക്കുകയും ചീറ്റുകയും ചിനയ്ക്കുകയും മറ്റും ചെയ്തുകൊണ്ടിരുന്ന ഇലക്ട്രിക്കിനെ എനിക്ക് പലപ്പോഴും ശകാരിക്കേണ്ടിവന്നു. ഞാൻ നടപ്പുനിർത്തിയാലുടൻ അവൻ തറമാന്തുകയും ഒച്ചവെയ്ക്കുകയും എന്റെ മട്ടക്കുതിരയുടെ കഴുത്തിൽ കടിക്കുകയും ചെയ്തു തുടങ്ങും. ചുരുക്കിപ്പറഞ്ഞാൽ വഷളാക്കപ്പെട്ട ഒരു മേൽത്തരം കുതിരയുടെ തനിനിറം അവർ പ്രകടിപ്പിച്ചുകൊണ്ടിരുന്നു. വളരെ നേരം കഴിഞ്ഞിട്ടും അച്ഛൻ തിരിച്ചുവന്നില്ല. പുഴയിൽനിന്നും അസുഖകരമായ ഈർപ്പം ഉയർന്നുകൊണ്ടിരുന്നു. ഒച്ചവെയ്ക്കാതെ പെയ്തുകൊണ്ടിരുന്ന ചാറ്റൽ മഴ ചാരനിറത്തിലുള്ള തടികളുടെ പുറത്ത് ചെറിയ കറുത്ത പാടുകൾ സൃഷ്ടിച്ചുകൊണ്ടിരുന്നു. വിരസമായ ആ തടിക്കൂനയ്ക്കു ചുറ്റും നടന്നുനടന്ന് എനിക്ക് മനം മടുത്തു. മുഷിവും വിഷാദവും എന്നെ പിടികൂടി. എന്നിട്ടും അച്ഛനെ കണ്ടില്ല. ചാരനിറത്തിലുള്ള വേഷവും കുടംപോലുള്ള വലിയ ഒരു തൊപ്പിയും കയ്യിൽ കുന്തവും ധരിച്ച ഒരു പോലീസുകാരൻ—അയാൾ ഒരു ഫിൻലണ്ടുകാരനാണെന്നു തോന്നി—ആ വഴിവന്നു. മോസ്കോ നദിയുടെ കരയിൽ ഒരു പോലീസുകാരൻ എന്തിനാണെന്ന് ഞാൻ അത്ഭുതപ്പെട്ടു. ജരാനര ബാധിച്ച ഒരു വൃദ്ധയുടേതുപോലുള്ള മുഖം എന്റെ നേരെ തിരിച്ചുകൊണ്ട് അയാൾ ചോദിച്ചു:

"ഈ കുതിരകളേയും കൊണ്ട് കുട്ടി ഇവിടെ എന്തു ചെയ്യുകയാണ്? ഞാൻ കുറേനേരം ഇവയെ പിടിച്ചോളാം."

ഞാൻ ഒന്നും മിണ്ടിയില്ല. അയാൾ എന്നോടു കുറച്ചു പുകയില ചോദിച്ചു. അയാളിൽനിന്ന് ഒഴിഞ്ഞുമാറാനും എന്റെ ക്ഷമനശിച്ചിരുന്നതുകൊണ്ടും ഞാൻ അച്ഛൻ പോയ വഴിയിലൂടെ ഏതാനും ചുവടു നടന്നു. ഇടവഴിയിലേക്കു കയറി ഒരു വളവു തിരിഞ്ഞയുടൻ ഞാൻ ഞെട്ടി തരിച്ചുനിന്നുപോയി! ഏതാണ്ട് അമ്പതടി അകലെ തടികൊണ്ടുപണിത ഒരു ചെറിയ വീടിന്റെ തുറന്നുകിടന്ന ജനലിനു പുറത്തു എന്റെ അച്ഛൻ

18 ക്രീംസ്കി കടത്ത്—മോസ്കോ നദി തരണം ചെയ്യാനുള്ള ഒരു കടത്ത്. 19-ാം നൂറ്റാണ്ടിന്റെ പകുതിവരെ അവിടെ പാലം ഉണ്ടായിരുന്നില്ല.

നിന്നിരുന്നു. അദ്ദേഹം ജനല്പടിയിൽ ചാരി അകത്തേക്കു നോക്കി നില്ക്കുകയായിരുന്നു. കറുത്ത ഉടുപ്പു ധരിച്ച ഒരു സ്ത്രീ കർട്ടനു പാതിമറിഞ്ഞ് അകത്തിരിക്കുന്നത് ഞാൻ കണ്ടു. സിനയീദയായിരുന്നു അത്.

ഞാൻ അന്തംവിട്ടു നിന്നു. ഇത് ഞാൻ ഒരിക്കലും പ്രതീക്ഷിച്ചിരുന്ന തല്ല. തിരിച്ചു നടക്കാനാണ് ആദ്യം തോന്നിയത്. "അച്ഛൻ എങ്ങാനും തിരിഞ്ഞു നോക്കിയാൽ തീർന്നു." ഞാൻ വിചാരിച്ചു. എന്നാൽ ജിജ്ഞാസയെക്കാളും ഭയത്തെക്കാളും എന്നല്ല അസൂയയെക്കാൾപോലും ശക്തമായ ഒരു വിചിത്രവികാരം എന്നെ അവിടെതന്നെ പിടിച്ചുനിർത്തി. അവർ പറയുന്നതെന്താണെന്നു കേൾക്കാൻ ചെവികൂർപ്പിച്ചുകൊണ്ട് ഞാൻ അങ്ങോട്ടുതന്നെ നോക്കിനിന്നു. അച്ഛൻ എന്തോ കാര്യത്തിന് സിനയീദയെ നിർബ്ബന്ധിക്കയാണെന്നും അവൾ അതിനു വിസമ്മതം പ്രകടിപ്പിക്കുകയാണെന്നും എനിക്കു തോന്നി. ഇപ്പോഴും സിനയീദയുടെ മുഖം എന്റെ കൺമുമ്പിൽ തെളിഞ്ഞു കാണാം—ദുഃഖവും ഗൗരവവും സ്ഫുരിക്കുന്ന ആ സുന്ദരമായ മുഖത്ത് ആത്മാർപ്പണവും വിഷാദവും സ്നേഹവും നിരാശയും കൂടിക്കലർന്നുണ്ടായ ഒരു ഭാവ വിശേഷം തളംകെട്ടി നിന്നിരുന്നു—അതിനൊരു പേരു പറയാൻ എനിക്കറിയില്ല. മിഴികളുയർത്തി വിനീതമായ പുഞ്ചിരിതൂകിക്കൊണ്ട് അവൾ അച്ഛനോട് ഒന്നും രണ്ടും വാക്കുകൾ മാത്രം പറഞ്ഞുകൊണ്ടിരുന്നു. ആ പുഞ്ചിരി ഒന്നു മാത്രം മതിയായിരുന്നു സിനയീദയെ തിരിച്ചറിയാൻ. അച്ഛൻ ചുമലു കുലുക്കുകയും തൊപ്പി നേരെ പിടിച്ചുവയ്ക്കുകയും ചെയ്യുന്നതു ഞാൻ കണ്ടു—അക്ഷമനാകുമ്പോഴൊക്കെ അച്ഛൻ അങ്ങനെ ചെയ്യാറുണ്ടായിരുന്നു... പിന്നീട് അച്ഛൻ ഫ്രഞ്ചിൽ ഇങ്ങനെ പറയുന്നത് എനിക്ക് കേൾക്കാൻ കഴിഞ്ഞു: "നീ ഇതിൽനിന്ന് അകന്നു നില്ക്കണം..." സിനയീദ നിവർന്നിരുന്നുകൊണ്ട് കൈ നീട്ടിപ്പിടിച്ചു. തികച്ചും അസാധാരണമായ ഒരു കാഴ്ചയാണ് പിന്നീട് ഞാൻ കണ്ടത്: എന്റെ അച്ഛൻ കയ്യിലിരുന്ന കുതിരച്ചാട്ട ഉയർത്തി സിനയീദയുടെ നഗ്നമായ കൈത്തണ്ടയിൽ ഒരടി കൊടുത്തു. ഉറക്കെ നിലവിളിക്കാതിരിക്കാൻ ഞാൻ നാക്കു കടിച്ചു. എന്നാൽ സിനയീദ ഒന്നു ഞെട്ടുകമാത്രമാണു ചെയ്തത്. അവൾ നിശ്ശബ്ദം അച്ഛനെ നോക്കിക്കൊണ്ട് കൈത്തണ്ട മെല്ലെ ചുണ്ടിനോടടുപ്പിച്ച് അടികൊണ്ടു തിണർത്ത ഭാഗം ചുംബിച്ചു. ചാട്ട ദൂരെ എറിഞ്ഞിട്ട് അച്ഛൻ പടവുകൾ ചാടിക്കയറി വീട്ടിനുള്ളിലേക്ക് കടന്നു... സിനയീദ തല പിന്നാക്കം പിടിച്ച് രണ്ടു കൈകളും നീട്ടി ജനലിനടുത്തുനിന്ന് മറഞ്ഞു...

ഭയംകൊണ്ട് അസ്തപ്രജ്ഞനായി ഞാൻ തിരിഞ്ഞു നടന്നു. ഭയാനകമായ ഒരു തരം അമ്പരപ്പ് എന്റെ ഹൃദയത്തെ ഗ്രസിച്ചിരുന്നു. ഞാൻ ഇടവഴിയുടെ അറ്റത്തേക്ക് ഓടി—ഇലക്ട്രിക് ഭാഗ്യത്തിന് വിട്ടുപോയില്ലെന്നേയുള്ളു. ഞാൻ വീണ്ടും പുഴക്കരയിൽ ചെന്നുനിന്നു. എനിക്ക് ഒന്നിനെപ്പറ്റിയും ചിന്തിക്കാൻ കഴിഞ്ഞില്ല. സാധാരണ നിർവ്വികാരനും മിതഭാഷിയുമായ എന്റെ അച്ഛൻ ചിലപ്പോൾ പെട്ടെന്നു ക്ഷോഭിക്കാറുണ്ടെന്ന്

എനിക്കറിയാമായിരുന്നു. എന്നാൽ ഇപ്പോൾ ഞാൻ കണ്ടതെന്തെന്ന് ഒരു തരത്തിലും എനിക്ക് മനസ്സിലാക്കാൻ കഴിഞ്ഞില്ല... എങ്കിലും സിനയീദയുടെ പ്രതികരണവും ആ നോട്ടവും പുഞ്ചിരിയും ഒരിക്കലും മറക്കാൻ കഴിയുകയില്ലെന്ന് എനിക്ക് അറിയാമായിരുന്നു. പെട്ടെന്ന് എന്റെ കൺമുമ്പിൽ അനാച്ഛാദിതമായ അവളുടെ ഈ പുതിയ രൂപം എന്റെ ഓർമ്മയിൽ എന്നെന്നും പതിഞ്ഞു കിടക്കും. കവിളിലൂടെ കണ്ണീർ ഒലിച്ചിറങ്ങുന്നത് ഞാൻ അറിഞ്ഞില്ല. ഒന്നും കാണാത്ത കണ്ണുകളോടെ ഞാൻ പുഴയിലേക്കു ഉറ്റു നോക്കി. "അവളെ അടിച്ചു," ഞാൻ ഉരുവിട്ടു. "അടിച്ചു... അടിച്ചു..."

"ആ കടിഞ്ഞാൺ ഇങ്ങോട്ടു തരൂ!" പിന്നിൽ അച്ഛന്റെ ശബ്ദം മുഴങ്ങി.

യാന്ത്രികമായി ഞാൻ കടിഞ്ഞാൺ അച്ഛനെ ഏല്പിച്ചു. അച്ഛൻ ഇലക്ട്രികിന്റെ പുറത്തേക്കു ചാടിക്കയറി... ദീർഘനേരത്തെ കാത്തുനില്പു കൊണ്ട് തണുത്ത കുതിര മുൻകാലുകളുയർത്തി നിന്നിട്ട് ഉദ്ദേശം പത്തടി ദൂരത്തേക്ക് കുതിച്ചു ചാടി. കുതിമുള്ളുകൊണ്ട് കുതിരയുടെ പാർശ്വങ്ങളിൽ അമർത്തുകയും കഴുത്തിൽ മുഷ്ടിചുരുട്ടി ഇടിക്കുകയും ചെയ്തുകൊണ്ട് അച്ഛൻ വളരെ വേഗംതന്നെ അതിനെ നിലയ്ക്കുനിർത്തി. "കഷ്ടം! ചാട്ട യില്ലാതെ പോയി!" അച്ഛൻ പിറുപിറുത്തു.

ആ ചാട്ട ഉയർന്നുതാണ ശബ്ദത്തെപ്പറ്റി ഒരു ഞെട്ടലോടെ ഞാൻ ഓർത്തു.

"അതെവിടെ പോയി?" അല്പനേരത്തെ മൗനത്തിനുശേഷം ഞാൻ ചോദിച്ചു.

ഉത്തരമൊന്നും പറയാതെ അച്ഛൻ മുന്നോട്ടു പോയി. ഞാൻ അതിവേഗം കുതിര ഓടിച്ച് അദ്ദേഹത്തിന്റെ മുമ്പിൽ കയറി. അദ്ദേഹത്തി ന്റെ മുഖം കാണണമെന്ന ആഗ്രഹം എനിക്ക് അടക്കാൻ കഴിഞ്ഞില്ല.

"നീ കാത്തുനിന്നു മുഷിഞ്ഞോ?" അച്ഛൻ കടിച്ചുപിടിച്ച പല്ലുകൾക്കി ടയിലൂടെ ചോദിച്ചു.

"അതു സാരമില്ല. പക്ഷേ ചാട്ട എവിടെയാണ് വീണു പോയത്?"

അച്ഛൻ എന്റെനേരെ ഒരു നിമിഷം നോക്കി.

"അതു വീണുപോയതല്ല," അദ്ദേഹം പറഞ്ഞു. "ഞാനത് വലിച്ചെ റിഞ്ഞതാണ്."

അദ്ദേഹം ചിന്താമഗ്നനായി കുനിഞ്ഞിരുന്നു... കർക്കശമായ ആ മുഖം അത്രയേറെ സ്നേഹമസൃണവും അനുകമ്പാർദ്രവുമാകുന്നത് ആദ്യമായും ഒരുപക്ഷേ അവസാനമായും ഞാൻ കണ്ടത് അപ്പോഴാണ്.

വീണ്ടും അച്ഛൻ കുതിരയെ കുതിച്ചോടിച്ചു. ഇത്തവണ അദ്ദേഹത്തി ന്റെ മുമ്പിൽക്കയറാൻ എനിക്കു കഴിഞ്ഞില്ല. അച്ഛൻ വീട്ടിലെത്തി കാൽ മണിക്കൂർ കഴിഞ്ഞാണ് ഞാനെത്തിയത്.

"ഇതാണ് പ്രേമം!" പുസ്തകങ്ങളും നോട്ടുബുക്കുകളും കുറേശ്ശെയായി കുന്നുകൂടിത്തുടങ്ങിയ എന്റെ മേശയ്ക്കരികിലിരുന്ന് അന്നു രാത്രി ഞാൻ വീണ്ടും പറഞ്ഞു. "ഇതാണ് അഭിനിവേശം! അടിക്കുന്നത് എത്രതന്നെ പ്രിയപ്പെട്ട ഒരാളാണെങ്കിലും അടികൊള്ളുന്നവർക്ക് അത് സഹിക്കയില്ലെന്നും ആരും അടികൊള്ളാൻ സ്വയം നിന്നു കൊടുക്കുകയില്ലെന്നുമാണ് നമ്മുടെ ധാരണ. എന്നാൽ സ്നേഹമുണ്ടെങ്കിൽ ആളുകൾ അതും അതിനപ്പുറവും സഹിക്കുമെന്ന് ഇപ്പോൾ തെളിഞ്ഞു... എന്നിട്ട് ഞാൻ... ഞാൻ വിചാരിച്ചു..."

ആ ഒരു മാസംകൊണ്ട് എനിക്കു വളരെയേറെ പാകത കൈവന്നു കഴിഞ്ഞിരുന്നു.

അജ്ഞാതവും, എനിക്കു ഊഹിക്കാൻ മാത്രം കഴിയുന്നതും, മൂടലിനിടയിലൂടെ തിരിച്ചറിയാനാവാത്ത സുന്ദരമെങ്കിലും കർക്കശമായ ഒരു അപരിചിത മുഖം പോലെ ഭീതിദവുമായ മറ്റൊന്നിന്റെ മുമ്പിൽ എന്റെ പ്രേമവും അതു വരുത്തിവച്ച സ്തോഭവും ദണ്ഡനയും കേവലം ക്ഷുദ്രവും ബാലിശവും നിരർത്ഥകവുമാണെന്ന് എനിക്കു തോന്നിത്തുടങ്ങി.

അന്നു രാത്രി ഞാൻ അതിവിചിത്രവും ഭയങ്കരവുമായ ഒരു സ്വപ്നം കണ്ടു. പൊക്കം കുറഞ്ഞ ഇരുണ്ട ഒരു മുറിയിലേക്കു ഞാൻ കയറിച്ചെന്നു... ചാട്ട കയ്യിൽ പിടിച്ചുകൊണ്ട് അച്ഛൻ കാൽ നിലത്തു ആഞ്ഞു ചവിട്ടി. സിനയീദ ഒരു മൂലയിൽ കുനിക്കൂടി ഇരിക്കുന്നു. അവളുടെ കൈത്തണ്ടയിലല്ല നെറ്റിയിൽ ചുവന്ന ഒരു പാടുണ്ട്. പിന്നിൽ രക്താഭിഷിക്തനായി ബെലൊവ്സോരൊവ് നില്ക്കുന്നു. അയാൾ വിളറിയ ചുണ്ടുകൾ വിടർത്തി എന്റെ അച്ഛനെ ഭയങ്കരമായി ഭീഷണിപ്പെടുത്തുകയാണ്.

രണ്ടുമാസം കഴിഞ്ഞ് ഞാൻ സർവ്വകലാശാലയിൽ പ്രവേശിച്ചു. ആറുമാസം കഴിഞ്ഞ് ഞങ്ങൾ സെന്റ് പീറ്റേഴ്സ് ബർഗിലേക്കു താമസം മാറ്റിയ ഇടയ്ക്ക് ഹൃദയസ്തംഭനം മൂലം അച്ഛൻ മരിച്ചു. മരിക്കുന്നതിന് ഏതാനും ദിവസങ്ങൾക്കു മുമ്പ് മോസ്ക്കോയിൽ നിന്ന് അദ്ദേഹത്തിനൊരു കത്തു കിട്ടി. ആ കത്ത് അച്ഛന് കടുത്ത മനക്ഷോഭമുളവാക്കി. അദ്ദേഹം എന്റെ അമ്മയുടെ അടുത്തു ചെന്ന് എന്തിനോ വേണ്ടി കെഞ്ചിയെന്നും കരയുകപോലും ചെയ്തെന്നും ഞാനറിഞ്ഞു—അതെ എന്റെ അച്ഛൻ കരഞ്ഞു! മരിക്കുന്ന ദിവസം രാവിലെ അദ്ദേഹം എനിക്കൊരു കത്ത് തുടങ്ങി വച്ചു. ഫ്രഞ്ചു ഭാഷയിലുള്ള ആ കത്തിൽ അദ്ദേഹം എഴുതിയിരുന്നു: "മോനേ. സ്ത്രീയുടെ പ്രേമമെന്ന ആനന്ദത്തെ, വിഷത്തെ, സൂക്ഷിക്കുക..." അച്ഛന്റെ മരണാനന്തരം അമ്മ ഒരു വൻതുക മോസ്ക്കോയിലേക്ക് അയയ്ക്കുകയുണ്ടായി.

XXII

മൂന്നാല്പ വർഷങ്ങൾ കഴിഞ്ഞു. ഞാൻ സർവ്വകലാശാലയിലെ വിദ്യാഭ്യാസം പൂർത്തിയാക്കിക്കഴിഞ്ഞു. എങ്കിലും ഏതു വഴിക്കു തിരിയണമെന്നോ ഏതു വാതിലിൽ മുട്ടണമെന്നോ എനിക്കു നിശ്ച യമില്ലായിരുന്നു. ഞാൻ വെറുതേ സമയം കളഞ്ഞുകൊണ്ടിരുന്നു. ഒരു ദിവസം തിയേറ്ററിൽവച്ച് ഞാൻ മയ്ദാനൊവിനെ കണ്ടുമുട്ടി. അയാൾ വിവാഹിതനാവുകയും ഒരു സർക്കാർ ഉദ്യോഗം സ്വീകരിക്കുകയും ചെയ്തിരുന്നെങ്കിലും കാര്യമായ മാറ്റങ്ങളൊന്നും അയാളിൽ കാണാൻ എനിക്കു കഴിഞ്ഞില്ല. കാര്യമില്ലാതെ ആവേശം കൊള്ളുകയും അകാര ണമായി വിഷാദമൂകനാകുകയും ചെയ്യുന്ന സ്വഭാവം ഇപ്പോഴും അയാളെ വിട്ടുമാറിയിരുന്നില്ല.

"മാഡം ദോൽസ്കയ ഇവിടെ ഉള്ള കാര്യം അറിഞ്ഞോ?" അയാൾ സംസാരമദ്ധ്യേ ചോദിച്ചു.

"ആരാണത്?"

"നിങ്ങൾ അവരെ മറന്നു കഴിഞ്ഞോ? നമ്മുടെ പഴയ സസേകിന പ്രഭുകുമാരിയെ? നെസ്കുച്നി തോട്ടത്തിനടുത്തു താമസിക്കുമ്പോൾ നമ്മളെല്ലാവരും അവരിൽ ഭ്രമിച്ചു വശായിരുന്ന കാര്യം ഓർക്കുന്നില്ലേ?

"അവർ ദോൽസ്കിയെ കല്യാണം കഴിച്ചോ?"

"അതെ."

"അവർ ഇപ്പോൾ ഈ തീയേറ്ററിൽ ഉണ്ടോ?"

"ഇല്ല, അവർ പിറ്റേഴ്സ്ബർഗിലെത്തിയിട്ടുണ്ട്. അവർ വിദേശത്തേക്കു പോകാൻ ഒരുങ്ങുകയാണ്."

"അവരുടെ ഭർത്താവ് എങ്ങനെയുള്ള ആളാണ്?"

"വളരെ നല്ല മനുഷ്യനാണ്. സ്വത്തും ധാരാളം. മോസ്കോയിൽ ഞങ്ങൾ ഒരുമിച്ചു ജോലി ചെയ്തിട്ടുണ്ട്. ആ സംഭവത്തിനു ശേഷം— അതൊക്കെ നിങ്ങൾക്കറിയാമല്ലോ." അർത്ഥഗർഭമായി ഒന്നു ചിരിച്ചി ട്ട് മയ്ദാനൊവ് തുടർന്നു. "ആ സംഭവത്തിനുശേഷം ഒരു ഭർത്താവിനെ കണ്ടുപിടിക്കാൻ അവർക്ക് കുറച്ച് ബുദ്ധിമുട്ടായിരുന്നു. അതിനു ചില അനന്തരഫലങ്ങളുണ്ടായിരുന്നു... പക്ഷേ അവരെപ്പോലെ കഴിവുള്ള ഒരു സ്ത്രീ വിചാരിച്ചാൽ എന്തും സാധിക്കും. അവരെ പോയി കാണൂ.

അവർക്കു അതു തീർച്ചയായും സന്തോഷമായിരിക്കും. അവരുടെ സൗന്ദര്യം കൂടിയിട്ടേയുള്ളു, കുറഞ്ഞിട്ടില്ല."

മയ്ദാനൊവ് എനിക്കു സിനയീദയുടെ മേൽവിലാസം തന്നു. ദെമൂത് എന്ന ഹോട്ടലിലാണ് അവൾ താമസിച്ചിരുന്നത്. പൂർവ്വകാലസ്മരണകൾ എന്നിലുണർന്നു... എന്റെ പഴയ "ആവേശത്തെ" പിറ്റേന്നുതന്നെ ചെന്നു കാണുമെന്ന് ഞാൻ സ്വയം പ്രതിജ്ഞ ചെയ്തു. എന്നാൽ നിനച്ചിരിക്കാതെ ഉണ്ടായ ഓരോരോ കാരണങ്ങളാൽ ആ ആഴ്ച എനിക്കു പോകാൻ കഴിഞ്ഞില്ല. വീണ്ടും ഒരാഴ്ചകൂടി അങ്ങനെതന്നെ കടന്നുപോയി. ഒടുവിൽ ഒരു ദിവസം ഹോട്ടലിൽ ചെന്ന് മാഡം ദോൽസ്കയയെ തിരക്കിയപ്പോൾ നാലുദിവസം മുമ്പ് പ്രസവത്തെത്തുടർന്ന് തികച്ചും ആകസ്മികമായി അവൾ മരിച്ചുപോയി എന്ന വിവരമാണ് ഞാനറിഞ്ഞത്.

എന്റെ നെഞ്ചിൽ ആരോ ശക്തിയായി ഇടിച്ചതുപോലെ എനിക്കു തോന്നി. അവളെ കാണാനുള്ള അവസരമുണ്ടായിരുന്നിട്ട് ഞാൻ ചെന്നു കാണാത്തതിലുള്ള കുറ്റബോധവും ഇനിയൊരിക്കലും അവളെ കാണാൻ കഴിയുകയില്ലെന്ന ദുഃഖസത്യവും എന്റെ ഹൃദയത്തെ കരണ്ടു തിന്നുകൊണ്ടിരുന്നു. "മരിച്ചുപോയി!" കാവൽക്കാരൻ പറഞ്ഞ വാക്ക് യാന്ത്രികമായി ഏറ്റുപറഞ്ഞുകൊണ്ട് ഞാൻ അന്തംവിട്ട് അയാളെ അല്പനേരം നോക്കിനിന്നു. പിന്നീട് നിശ്ശബ്ദം തെരുവിലേക്കിറങ്ങി എങ്ങോട്ടെന്നറിയാതെ ഞാൻ നടന്നു. ഭൂതകാലം മുഴുവൻ എന്റെ കൺമുമ്പിലേക്കു ഇരമ്പിവന്നു. പ്രതീക്ഷാനിർഭരവും ഉജ്ജ്വലവുമായ ഒരു യുവജീവിതത്തിന്റെ അവസാനം ഇങ്ങനെയായിരുന്നു! അക്ഷമയോടും ആവേശത്തോടും കൂടി അവൾ കാത്തിരുന്നത് ഈ വിധിയെയാണ്! ഞാൻ ആലോചിച്ചുപോയി. ആ പ്രിയപ്പെട്ട ഓമനമുഖവും ആ കണ്ണുകളും ആ അളകങ്ങളും എല്ലാം ഒരു ഇടുങ്ങിയ മരപ്പെട്ടിയിൽ അടച്ചുപൂട്ടി നനഞ്ഞ മണ്ണിനടിയിലെ ഇരുട്ടിലെവിടെയോ വിശ്രമിക്കുകയാണ്. അത് എന്നിൽ നിന്ന്—ജീവിച്ചിരിക്കുന്ന എന്നിൽനിന്ന്—വളരെ അകലെ ആയിരിക്കയില്ല. ഒരുപക്ഷേ എന്റെ അച്ഛൻ കിടക്കുന്നിടത്തു നിന്ന് ഏതാനും ചുവടകലെ മാത്രമായിരിക്കാം അത്. ഞാൻ അതേപ്പറ്റി ഏകാഗ്രമായി ആലോചിക്കാൻ ശ്രമിച്ചു. എന്നാൽ ഒരു ഈരടിയിലെ വാക്കുകൾ എന്റെ ആത്മാവിൽ പ്രതിദ്ധ്വനിക്കുകയാണു ചെയ്തത്.

അലക്ഷ്യമായ ചുണ്ടുകളിൽ നിന്ന്,
അലക്ഷ്യമായ ചെവികൾക്കൊണ്ട്,
ഞാൻ മരണത്തെപ്പറ്റി കേട്ടു[19]

ഹാ, യുവത്വമേ! നിനക്ക് സർവ്വതും തൃണസമാനമാണ്! പ്രപഞ്ചത്തിലെ നിധികൾ മുഴുവൻ നിന്റെ ചൊല്പടിയിലാണെന്നു തോന്നും.

---

19 അലക്ഷ്യമായ ചുണ്ടുകളിൽ നിന്ന്...—പുഷ്കിന്റെ "ജന്മനാടിന്റെ നീലാകാശത്തിനു കീഴിൽ" എന്ന കവിതയിൽ നിന്നുള്ള ഈരടികൾ.

ദുഃഖത്തിൽപ്പോലും നീ ആഹ്ലാദം കണ്ടെത്തുന്നു! വിഷാദം പോലും നിനക്കൊരു ഭൂഷണമാണ്! ആത്മവിശ്വാസത്തോടും അഹന്തയോടും കൂടി നീ ഉൽഘോഷിക്കും: "നോക്കൂ, ഞാൻ മാത്രം ജീവിക്കുന്നു!" എന്നാൽ നിന്റെ ദിവസങ്ങൾ ഒന്നും അവശേഷിപ്പിക്കാതെ ഓടി മറഞ്ഞുകൊണ്ടിരിക്കയാണ്. വെയിലത്ത് ഉരുകുന്ന മെഴുകുപോലെ... മഞ്ഞുപോലെ... നിന്റെ ഉള്ളിലുള്ളതെല്ലാം അപ്രത്യക്ഷമാകുന്നു... എന്തും നേടാനുള്ള കഴിവിലല്ല എന്തും നേടാമെന്നു വിശ്വസിക്കാനുള്ള കഴിവിലാണ് നിന്റെ വശ്യതയുടെ രഹസ്യം കുടികൊള്ളുന്നത്. നിനക്ക് മറ്റൊരു തരത്തിലും പ്രയോജനപ്പെടുത്താനാവാത്ത ശക്തികളെ നിശ്ശങ്കം കാറ്റിൽ പറത്തുന്നതിലാണ് ആ രഹസ്യം ഒളിഞ്ഞിരിക്കുന്നത്. "എന്റെ സമയം അങ്ങനെ പാഴാക്കി കളഞ്ഞില്ലായിരുന്നെങ്കിൽ എനിക്ക് എന്തെല്ലാം ചെയ്യാൻ കഴിയുമായിരുന്നു!" എന്നു പറയാനുള്ള അവകാശം അവരവർക്കുണ്ടെന്ന് നമ്മിൽ ഓരോരുത്തരും ഉറച്ചുവിശ്വസിക്കുന്നു എന്ന വസ്തുതയിലാണ് ആ രഹസ്യം ഒളിഞ്ഞിരിക്കുന്നത്.

എന്നെത്തന്നെ ഉദാഹരണമായെടുക്കാം. ഒരു നെടുവീർപ്പിടുകയോ ഒരിറ്റു കണ്ണീരൊഴുക്കുകയോ ചെയ്യാതെ എന്റെ ആദ്യ പ്രേമത്തിന്റെ മൃതാവശിഷ്ടങ്ങളോടു വിട പറയുമ്പോൾ ഞാൻ മുന്നിൽക്കണ്ട ഉജ്ജ്വലമായ ഭാവി എന്തായിരുന്നു? എന്റെ പ്രതീക്ഷകൾ എന്തായിരുന്നു? ഏതടിത്തറയിലാണ് ഞാനവ പടുത്തുയർത്തിയത്?

എന്റെ പ്രതീക്ഷകളിൽ ഏതെങ്കിലും സഫലമായോ? ഇപ്പോൾ നിഴലുകൾ വീണുതുടങ്ങിയ ഈ ജീവിതസായാഹ്നത്തിൽ എനിക്ക് ഓർക്കാൻ എന്താണുള്ളത്? വസന്തത്തിലെ ഒരു പ്രഭാതത്തിന്റെ ആദ്യയാമങ്ങളിൽ ആഞ്ഞടിച്ച ക്ഷണികമായ ഒരു കൊടുങ്കാറ്റിന്റെ ഓർമ്മയേക്കാൾ വിലപ്പെട്ടതോ സജീവമോ ആയ എന്തെങ്കിലും എന്റെ സ്മൃതിപഥത്തിലുണ്ടോ?

പക്ഷേ ഞാൻ ഇങ്ങനെ സ്വയം നിന്ദിക്കുന്നതെന്തിനാണ്? നവയൗവ്വനത്തിന്റെ വിവേകശൂന്യമായ ആ കാലഘട്ടത്തിൽപ്പോലും എന്റെ കാതുകളിലെത്തിയ ദയനീയ ശബ്ദങ്ങൾ ഞാൻ ചെവിക്കൊള്ളാതിരുന്നില്ല, കുഴിമാടത്തിൽ നിന്ന് എന്നെ തേടിവന്ന ഗംഭീര ശബ്ദം ഞാൻ കേൾക്കാതിരുന്നില്ല. സിനയീദയുടെ മരണ വാർത്ത അറിഞ്ഞ് ഏതാനും ദിവസങ്ങൾക്കകം തടുക്കാനാവാത്ത ഒരു അന്തർപ്രേരണയ്ക്കു വശംവദനായി ഞാൻ സ്വമനസ്സാലെ ഒരു പാവപ്പെട്ട വൃദ്ധയുടെ മരണശയ്യയ്ക്കരികിലിരുന്ന് അവരെ ശുശ്രൂഷിച്ചു. ഞാൻ താമസിച്ചിരുന്ന അതേ കെട്ടിടത്തിൽ തന്നെയായിരുന്നു അവരും താമസിച്ചിരുന്നത്. പരുപരുത്ത രണ്ട് പലകക്കഷ്ണങ്ങൾ കിടക്കയാക്കി ഒരു ചാക്കുകെട്ടിൽ തലവച്ച് കീറത്തുണികൾ പുതച്ച് കിടന്നിരുന്ന ആ വൃദ്ധ മരണവേദനയോടെ പിടഞ്ഞുകൊണ്ടിരുന്നു. നിത്യദാരിദ്ര്യവുമായുള്ള ഒരു കൊടും സമരമായിരുന്നു അവരുടെ ജീവിതം. സന്തോഷം എന്തെന്ന് അവർ ഒരിക്കലും

അറിഞ്ഞിട്ടില്ല. സൗഭാഗ്യത്തിന്റെ മാധുര്യം അവർ ഒരിക്കൽപ്പോലും നുണഞ്ഞിട്ടില്ല. മരണം അവർക്കൊരു അനുഗ്രഹമായിരിക്കുമെന്നും മരണത്തിൽ അവർ ശാന്തിയും മുക്തിയും കണ്ടെത്തുമെന്നുമാണ് നാം സ്വാഭാവികമായും പ്രതീക്ഷിക്കുക. എങ്കിലും ആ ജീർണ്ണിച്ച ശരീരത്തെ ഞെരിച്ചു കൊണ്ടിരുന്ന മരണത്തിന്റെ തണുത്തുറഞ്ഞ കരങ്ങൾക്കുള്ളിൽ കിടന്നു പിടയുന്ന ആ നെഞ്ച് അവസാനത്തെ തവണ ഉയർന്നു താഴുന്നത് വരെ, ശക്തിയുടെ അവസാനത്തെ കണിക പറന്നു പോകുന്നതുവരെ, ആ വൃദ്ധ കുരിശു വരയ്ക്കുകയും ഇങ്ങനെ പിറുപിറുക്കുകയും ചെയ്തുകൊണ്ടിരുന്നു: “കർത്താവേ, എന്റെ പാപങ്ങൾ പൊറുക്കണമേ...” ബോധത്തിന്റെ അവസാന തീപ്പൊരി അണഞ്ഞു കഴിഞ്ഞപ്പോൾ മാത്രമാണ് ഭീതി, മരണത്തെപ്പറ്റിയുള്ള ഭയം, ആ കണ്ണുകളിൽനിന്ന് അപ്രത്യക്ഷമായത്. ആ പാവപ്പെട്ട വൃദ്ധയുടെ മരണശയ്യയ്ക്കരികിൽ നില്ക്കുമ്പോൾ ദുസ്സഹമായ ദുഃഖത്തോടെ ഞാൻ സിനയീദയെ ഓർത്തു. പ്രാർത്ഥിക്കാൻ—അവൾക്കുവേണ്ടിയും എന്റെ അച്ഛനുവേണ്ടിയും എനിക്കുവേണ്ടിത്തന്നെയും പ്രാർത്ഥിക്കാൻ—ഞാൻ ആഗ്രഹിച്ചു.

1860